അപ്പുവിന്റെ യാത്രകൾ

ശ്രീജിത്ത് പരമേശ്വരൻ

കായംകുളം പുല്ലുകുളങ്ങരയിൽ പരേതനായ പരമേശ്വരൻ പിള്ള യുടെയും, റിട്ടയേർഡ് അദ്ധ്യാപിക ശ്രീദേവിയമ്മയുടെയും മക നായി ജനനം. 1994 ൽ അദ്ധ്യാപകവൃത്തിയിലേക്ക് കടന്നു. ഇപ്പോൾ പുല്ലുകുളങ്ങര എൽ.പി. എസിലെ പ്രഥമാദ്ധ്യാപകൻ. അദ്ധ്യാപിക യായ രാധികാ കൃഷ്ണനാണ് ഭാര്യ. ഏക മകൾ അദ്രിക.

വിലാസം:
SREEJITH.P
MANNUTHARA
KANDALLOOR NORTH
PATTOLI MARKET.P.O PIN 690531

ശ്രീജിത്ത് പരമേശ്വരൻ

അപ്പുവിന്റെ യാത്രകൾ

(ബാലസാഹിത്യം)

മാക്സ് ബുക്സ്
2023

വില: **180** രൂപ

Appuvinte Yatrakal
By Sreejith Parameswaran
Malayalam Childrens Novel

Published by:-
MAX BOOKS
Maxlive Media Solutions Pvt Ltd.
Muppathiyil Building, Muttambalom Post,
Kanjikuzhy, Kottayam 686 004
maxlivemediasolutions@gmail.com
maxbookskerala@gmail.com
Ph: 90740 98776

Cover: Maxlab
Pic Courtsey: Freepik

Printed in India
at Max, Kottayam

Edition:
First Editon April 2023
Copies: 1000
Price: Rs. 180

ISBN: 978-93-91085-78-0

പ്രസാധകക്കുറിപ്പ്

മാതാപിതാക്കളുമായി കുട്ടികൾക്കുണ്ടാവേണ്ട മാനസികബന്ധത്തെ ഉയർത്തിക്കാണിക്കുന്ന ബാലസാഹിത്യ കൃതിയാണിത്. കുഞ്ഞുങ്ങൾക്ക് നഷ്ടപ്പെടുന്ന വാത്സല്യവും സ്നേഹവും ഇന്നത്തെ തലമുറയുടെ വലിയൊരു പ്രതിസന്ധിയായി മാറിയിരിക്കുന്നു. ആർക്കും ഒന്നിനും സമയമില്ലാത്ത അണുകുടുംബത്തിന്റെ ഈ പ്രശ്നം സൃഷ്ടിക്കുന്ന വിപത്തിനെ ഉയർത്തിക്കാണിക്കുന്ന സുന്ദരമായ ഒരു രചനയാണ് ശ്രീജിത്തിന്റെ 'അപ്പുവിന്റെ യാത്രകൾ'. ശ്രീജിത്തിന്റെ ആദ്യകൃതിയും മാക്സ്ബുക്സ് ആണ് പ്രസിദ്ധീകരിച്ചത്. അധ്യാപകൻ കൂടിയായ അദ്ദേഹത്തിന്റെ രചനാവൈദഗ്ധ്യം നിറഞ്ഞുനിൽക്കുന്ന ഈ കൃതി പ്രസിദ്ധീകരിക്കാൻ കഴിഞ്ഞതിൽ കൃതാർത്ഥതയുണ്ട്. നല്ലൊരു വായനാനുഭവം സമ്മാനിക്കാൻ ഈ കൃതിക്കു കഴിയുമെന്ന് ഉറപ്പുണ്ട്. സ്വീകരിക്കുമല്ലോ...

അജീഷ് ചന്ദ്രൻ
പ്രസാധകൻ

അധ്യായം ഒന്ന്

കുനിഞ്ഞിരുന്ന് ഹോം വർക്ക് എഴുതിത്തീർക്കുകയാണ് അപ്പു. തലേന്നു രാത്രി എഴുതിവെച്ചുകൂടേ എന്നു ചോദിച്ചാൽ അതിത്തിരി പ്രാസമാണ് അപ്പുവിന്. അപ്പു നാലാം ക്ലാസിലാണ് പഠിക്കുന്നത്. തെച്ചിക്കാട്ട് എന്ന സ്ഥലത്താണ് അവന്റെ വീട്. അവിടെ, അച്ഛനും അമ്മയ്ക്കും അച്ഛന്റെ അമ്മയ്ക്കും ഒപ്പമാണ് അപ്പു താമസിക്കുന്നത്. പടുവികൃതി എന്നാണ് അച്ഛമ്മ അപ്പുവിനെക്കുറിച്ചു പറയുക. ആ അപ്പുവിന്റെ കഥയാണ് പറയുന്നത്.

ഒരു വലിയ മരുന്നുകമ്പനിയിലെ മാനേജർ ആണ് അപ്പുവിന്റെ അച്ഛൻ. രവിചന്ദ്രൻ എന്നാണ് അപ്പുവിന്റെ അച്ഛന്റെ പേര്.

അപ്പുവിന്റെ സ്ക്കൂളിലെ പേര് ആദിദേവ് എന്നാണ്.

അതു കൊണ്ടു തന്നെ, അവന്റെ അമ്മ ഇടയ്ക്ക് ആദി എന്നും അപ്പുവിനെ വിളിക്കാറുണ്ട്.

പക്ഷേ, അപ്പു വിളി കേൾക്കില്ല. അവനിഷ്ടം അച്ഛമ്മ വിളിക്കുന്നതുപോലെ അപ്പൂ എന്നോ അപ്പൂട്ടാ എന്നോ വിളിക്കുന്നതാണ്. അപ്പുവിന്റെ അമ്മയെക്കുറിച്ചു പറഞ്ഞില്ലല്ലോ, അമ്മയുടെ പേര് ആര്യ എന്നാണ്. അവന്റെ വീട്ടിൽ നിന്നും അധികം ദൂരത്തല്ലാതെ പട്ടണത്തിൽ ഒരു ഇൻഷുറൻസ് കമ്പനിയിലാണ് അമ്മ ജോലി ചെയ്യുന്നത്. അമ്മ, എംഫിൽ വരെ പഠിച്ച ആളാണ്. 'ഈ കുഗ്രാമത്തിൽ എനിക്ക് നല്ല ജോലി ഒരിക്കലും കിട്ടില്ല' എന്നു പറഞ്ഞ് മുഖംകൂർപ്പിക്കുന്നത് അമ്മയുടെ പതിവാണ്.

'നമുക്ക് വല്ല ബാംഗ്ലൂരും പോകാം, എനിക്കും നല്ല ജോലി കിട്ടും' എന്ന് അച്ഛനോടുള്ള അമ്മയുടെ പരാതി കേൾക്കുമ്പോൾ അപ്പുവിന് പേടിയാകും.

അവന് അച്ഛമ്മയെ വിട്ട് എവിടേക്കും പോകാനിഷ്ടമല്ല.

ഇവിടെ, അപ്പുവിന്റെ വീട്ടിൽ നിന്നും പുറത്തിറങ്ങിയാൽ ചുറ്റും പലതരം മരങ്ങൾ നിറഞ്ഞ വലിയ പറമ്പുണ്ട്. പടിഞ്ഞാറ് ചെറിയ

കുളമുണ്ട്, അതിൽ നിറയെ മീനുണ്ട്. പറമ്പിലെ കവുങ്ങിനും വാഴയ്ക്കും വെള്ളം എടുക്കുന്നത് ആ കുളത്തിൽ നിന്നാണ്.

കുളത്തിനുമപ്പുറം പാടമാണ്.

അതിനുമപ്പുറം കുറേ കടകൾ ഉണ്ട്.

അവിടെയാണ് ബസ് സ്റ്റോപ്പും അപ്പുവിന്റെ സ്ക്കൂളും.

വീടിന്റെ കിഴക്കുഭാഗത്ത് ഒരു ചെമ്മൺ റോഡാണ്.

ആ വഴിയിലൂടെ കുറച്ചു നടന്നാൽ ഒരു ആൽത്തറയും, അതിനോടു ചേർന്ന് ഉണ്ണിക്കണ്ണന്റെ അമ്പലവുമുണ്ട്.

വർഷത്തിൽ നടക്കുന്ന വേല, വലിയ ആഘോഷമാണ്.

അമ്പലത്തിനോടു ചേർന്ന് കുറേ സ്ഥലം വെറുതേ കിടപ്പുണ്ട്. അവിടെ എന്തോ വലിയ പ്രോജക്ട് വരുന്നുണ്ട്. അതു വരുന്നതോടെ ഈ ചെമ്മൺ വഴിയൊക്കെ ടാർ റോഡ് ആകും.

ധാരാളം അന്യസംസ്ഥാന തൊഴിലാളികൾ അവിടെ പണി ചെയ്യുന്നുണ്ട്. വീടിന്റെ തിണ്ണയിൽ ഇരുന്നാൽ മതി, ആ വഴി ആളുകൾ പോകുന്നതും വരുന്നതും കണ്ടിരിക്കാം.

അപ്പു ഹോം വർക്ക് ഒക്കെ എഴുതിക്കഴിഞ്ഞു.

ഇനി വേഗം കുളിക്കണം.

അവൻ അച്ഛമ്മ എടുത്തു വെച്ച പാൽ ഒറ്റ വലിക്കു കുടിച്ചിട്ട് വേഗം കുളിക്കാനോടി.

അച്ഛൻ രാവിലെ പറമ്പിലേക്ക് ഇറങ്ങിയതാണ്.

കുളത്തിന്റെ കരയിലെ വെള്ളരിമാവിൽ മാങ്ങ ഉണ്ടായിത്തുടങ്ങിയിട്ടുണ്ട്. അതു പൊട്ടിക്കാൻ പോയതാണ്.

“എടാ രവീ...” അച്ഛമ്മയാണ്.

മാങ്ങ പൊട്ടിക്കാൻ പോയ രവി വാഴയുടെ മറവിൽ നിന്നും വലിച്ച്, നീട്ടി ഊതിയ സിഗററ്റ് കുത്തിക്കെടുത്തി വലിച്ചെറിഞ്ഞ് വീട്ടിലേക്ക് ഓടി എത്തി, മാങ്ങ അമ്മയെ ഏൽപ്പിച്ചു.

കുളി കഴിഞ്ഞ് എത്തിയ അപ്പുവിനെ സ്ക്കൂളിലേക്കു പുറപ്പെടാൻ ഒരുക്കുകയാണ് അമ്മ.

അമ്മയ്ക്കും പോകണം.

അമ്മയുടേയും കുളി കഴിഞ്ഞിട്ടുണ്ട്.

“അച്ഛമ്മേ... ഉമ്മ...”

കെട്ടിപ്പിടിച്ച് അവൻ മുഖത്തിട്ട പൗഡർ മുഴുവൻ അമ്മുമ്മയുടെ കവിളത്ത് പറ്റിച്ചിട്ട് അമ്മയോടൊപ്പം സ്കൂളിലേക്ക് പുറപ്പെട്ടു അപ്പു.

സ്ക്കൂളിൽ അപ്പുവിന്റെ ക്ലാസ് ടീച്ചറാണ് ബിന്ദു.

ആ ടീച്ചറാണ് അവന്റെ എല്ലാം.

ടീച്ചറോടൊത്ത് പാടിയും ആടിയും, കളിച്ചും, ചിരിച്ചും, അഭിനയിച്ചും അങ്ങനെയാണവന്റെ സ്കൂൾ ജീവിതം.

അമ്മയെ ബിന്ദു ടീച്ചർക്കും ഇഷ്ടവും ബഹുമാനവുമാണ്.

അതിനൊരു കാരണമുണ്ട്.

അപ്പുവിന്റെ അമ്മ ആര്യ എംഫിൽ യൂണിവേഴ്സിറ്റി റാങ്കോടെ പാസായത് അവർക്കൊക്കെ അറിയാം.

അപ്പു ജനിച്ച ശേഷമാണ് അവന്റെ അമ്മ എംഫിൽ പഠിച്ചതും പാസ്സായതും.

"അപ്പുവിന്റെ അമ്മ എന്തു മിടുക്കിയാണെന്നോ!"

കണക്കോ മറ്റോ തെറ്റിച്ചാൽ ബിന്ദു ടീച്ചർ അവനോടു പറയും.

വൈകിട്ട് അപ്പുക്കുട്ടനെ കാത്ത് പലഹാരങ്ങളുമായി അച്ഛമ്മ വീടിന്റെ ഉമ്മറത്തു തന്നെ കാത്തിരിക്കും.

അവൻ സ്ക്കൂൾ വിട്ടു വന്നാൽ, മേൽക്കഴുകി, അവന്റെ വിശപ്പു തീർത്തു കളിക്കാൻ വിടും.

സന്ധ്യയാകുമ്പോൾ, 'മോനേ കളിച്ചതു മതി... കണ്ണനെ കാണാൻ പോകണ്ടേ നമുക്ക്?' എന്ന് അച്ഛമ്മ പറയുമ്പോൾ അവനു സന്തോഷമാണ്.

ചെമ്മൺവഴിയിലൂടെ അമ്പലത്തിലേക്കു നടക്കും രണ്ടുപേരും.

അവർ അങ്ങനെ നടന്നുപോകുന്ന കാഴ്ച വളരെ രസകരമാണ്.

അവന്റെ സംശയങ്ങൾ പലതാണ്.

എന്തിനാണ് അമ്മുമ്മേ കൃഷി ചെയ്യുന്നത്?

ഈ തത്തകൾ എന്തിനാ കതിരുകൊത്തിപ്പറക്കുന്നത് എന്നൊക്കെ പലതും ചോദിച്ചും പറഞ്ഞും അമ്മുമ്മയുടെ മുന്നിൽ നേതാവ് ചമഞ്ഞ് അവനങ്ങനെ നടക്കും.

കിഴക്കേലെ കുഞ്ഞിത്തേവിയ്ക്ക് ഇതൊരു സ്ഥിരം കാഴ്ചയാണ്. തേവി ജോലി കഴിഞ്ഞ് പാടംകടന്നു വരുന്ന സമയത്താവും അച്ഛമ്മയും മോനും അമ്പലത്തിലേക്ക് പോകുന്നത്.

അമ്പലത്തിലേക്ക് എത്തും മുൻപ് ഒരു ചെറിയതോടു കടക്കണം.

"അച്ഛമ്മേ തോട്ടിലെ ഒഴുക്കു കണ്ടോ. വള്ളം ഉണ്ടാക്കി തോട്ടിൽ ഒഴുക്കണം എനിക്ക്." അപ്പു പറഞ്ഞു.

"ആട്ടെ നോക്കാം നാളെയാവട്ടെ." അച്ഛമ്മ സമ്മതിച്ചു.

ഒരിക്കലും അങ്ങനൊരു നാളെ ഉണ്ടാകാറില്ലെന്നു മാത്രം.

അപ്പു, വള്ളം ഉണ്ടാക്കാൻ മറക്കും, അപ്പോപ്പിന്നെ സംഗതി നട

ക്കില്ലല്ലോ.

ചില ദിവസം പാലം കടക്കുമ്പോൾ തോട്ടിൽ നിന്നൊരു വിളി വരും, “അച്ചമ്മയും മോനും ഞങ്ങടെ കാര്യം കൂടി കണ്ണനോട് പറഞ്ഞേക്കണേ...” പണിക്കാരൻ ബാബുവാണ്. പറഞ്ഞേക്കാം മാമാ അപ്പു മറുപടിയും കൊടുക്കും.

മിണ്ടിയും പറഞ്ഞും അവർ അമ്പലമുറ്റത്തേക്ക് എത്തുമ്പോൾ ആൽത്തറയിൽ പതിവുകാർ എത്തിക്കഴിയും.

പല പ്രായക്കാരാണെങ്കിലും ആൽത്തറബോയ്സ് എന്നാണ് ആ കൂട്ടത്തിന്റെ വിളിപ്പേര്. കഥ പറഞ്ഞും വെടിവട്ടം പറഞ്ഞും കാറ്റു കൊണ്ടങ്ങനെയിരിക്കും അവർ.

അവരിലും അപ്പുവിനോട് കുശലം പറയാത്തവർ ചുരുക്കം.

എല്ലാവർക്കും അവനെയറിയാം.

അപ്പുവിന്റെ നിഷ്കളങ്കമായ വർത്തമാനം കേൾക്കാനായി അവർ ഓരോന്ന് ചോദിച്ചു കൊണ്ടിരിക്കും.

അന്നും അതൊക്കെ അങ്ങനെ തന്നെ നടന്നു.

ആൽത്തറയിൽ കുശലം പറഞ്ഞു നിൽക്കുമ്പോൾ ദീപാരാധനക്ക് മണിയടിച്ചു.

“സമയം പോയി അകത്തോട് ചെല്ലട്ടേ.” അച്ചമ്മ പറഞ്ഞു.

അപ്പുവും അച്ചമ്മയും വേഗം അകത്തു കടന്നു.

“അപ്പു, പൂരാടം നക്ഷത്രം. ഒരു അർച്ചന.”

അമ്മൂമ്മ വഴിപാട് പറഞ്ഞു.

രസീത് എഴുതുന്ന കൊച്ചൂട്ടൻ പൈസ വാങ്ങി മേശയ്ക്കുള്ളിൽ ഇട്ടു കൊണ്ട് മോനോട് കുശലം ചോദിച്ചു.

തൊഴുതു കഴിഞ്ഞപ്പോൾ ശാന്തിക്കാരൻ നമ്പൂരി വലിയ വാഴയിലക്കീറിൽ സ്പഷ്യൽ പ്രസാദം അവനു കൊടുത്തു. കാരണം അപ്പു സ്ഥിരം വരുന്നതാണല്ലോ. തൊഴുതു കഴിഞ്ഞിറങ്ങുമ്പോൾ കീഴ്ശാന്തി വക അപ്പുവിന് പതിവുപടി വേറെയുമുണ്ട്, കടും പായസവും ഉണ്ണിയപ്പവും.

കുട്ടിയല്ലേ അപ്പു, അതു കിട്ടുമ്പോൾ അവന്റെ മുഖം വിടരും.

ഇരുട്ടി തുടങ്ങിയിരിക്കുന്നു.

“അമ്മൂമ്മേ ടോർച്ച് ഞാൻ പിടിക്കാം.” അവൻ പറഞ്ഞു.

മൂന്നു ബാറ്ററി ടോർച്ചും അടിച്ച് അവനങ്ങനെ നേതാവിനെ പോലെ മുന്നിൽ നടന്നു.

“അപ്പുക്കുട്ടാ നോക്കി നടക്കണേ...”

അച്ചമ്മ പിന്നാലെ വിളിച്ചു പറഞ്ഞു.

വീട്ടിലെത്തുമ്പോൾ അമ്മയും അച്ഛനും എത്തിക്കഴിഞ്ഞു. അത്താഴം വരെ കുറച്ചു പഠിത്തവും കുറേയേറെ വികൃതിയും കാട്ടി അവൻ നടന്നു.

അത്താഴത്തിന് ചൂടുകഞ്ഞിയും പപ്പടവും ചുട്ടരച്ച ചമ്മന്തിയും കഴിച്ച് അച്ഛമ്മയോടൊപ്പം യോടൊത്ത് ഉറങ്ങാൻ കിടന്നു. ഇന്ന് എനിക്ക് കഥ പറഞ്ഞുതരാമെന്ന് പറഞ്ഞതല്ലേ, അവൻ ഓർമ്മിപ്പിച്ചു.

അച്ഛമ്മ കഥ പറഞ്ഞു.

"ഒരിടത്ത് ഒരിടത്ത് ഒരു..."

അച്ഛമ്മക്കഥ കേട്ട് അപ്പു മെല്ലെ ഉറക്കമായി.

അധ്യായം രണ്ട്

അപ്പു സ്കൂളിൽ നിന്നും അന്ന് പതിവിലും വേഗത്തിൽ വീട്ടിലെത്തി. 'അച്ഛമ്മേ ഞാൻ എത്തി' എന്നു പറഞ്ഞു കൊണ്ട് വീടിനകത്തേക്ക് ഓടിക്കയറി. സാധാരണ അവൻ ഇങ്ങനെയാണ് അവധിദിവസത്തിന്റെ തലേന്ന് എന്തെന്നില്ലാത്ത ഉത്സാഹമാണ് അപ്പുവിന്. "ഉം വാ മോനേ..." അച്ഛമ്മയുടെ വാക്കുകളിൽ ഒരു ഉത്സാഹക്കുറവുണ്ട്.

അപ്പു വന്നതു കണ്ട് അമ്മ അടുക്കളയിലേക്ക് കയറി അവന് ഇഷ്ടപ്പെട്ട പലഹാരങ്ങളും ചായയും എടുത്തു കൊണ്ടുവന്നു.

സാധാരണ ഓഫീസിൽ നിന്നും വൈകിയാണ് അമ്മ എത്താറ്. ഇതെന്തു പറ്റി അമ്മ നേരത്തേ എത്തിയത്?

ഹായ്! വൈകിട്ട് അച്ഛൻ സിനിമയ്ക്കു കൊണ്ടു പോകുമായിരിക്കും. അതാണ് അമ്മ നേരത്തേ വന്നത്... അപ്പു ഉറപ്പിച്ചു.

മുറിയിൽ എടുത്തു വച്ചിരുന്ന ഉടുപ്പ് എടുത്തിട്ട് കൈയ്യും മുഖവും കഴുകി അവൻ അച്ഛമ്മയുടെ അടുത്തിരുന്നു. അമ്മ കൊണ്ടു വച്ചിരുന്ന പലഹാരങ്ങൾ കഴിച്ച് ചായയും കുടിച്ചു.

"എന്താ അച്ഛമ്മേ ഒന്നും മിണ്ടാത്തത് എന്തു പറ്റി? ഇന്നു നമ്മൾ സിനിമയ്ക്കു പോകുന്നുണ്ടല്ലേ?"

'സിനിമയോ, ആരു പറഞ്ഞു? അതൊന്നുമില്ല മോനേ' എന്നു പറഞ്ഞ് അച്ഛമ്മ അപ്പുവിനെ ചേർത്തു പിടിച്ചു.

അപ്പുക്കുട്ടൻ പതിയെ അച്ഛമ്മയുടെ മടിയിലേക്ക് തലവെച്ചു കിടന്നു.

"മോളേ ഗ്ലാസ്സ് എടുത്ത് അടുക്കളയിൽ വച്ചേക്ക്." അച്ഛമ്മയുടെ വാക്ക് കേട്ടപ്പോൾ തന്നെ ആര്യ എത്തി ഗ്ലാസ്സും പാത്രവും

എടുത്തു കൊണ്ടുപോയി.

"എന്താ അമ്മേ... എന്തു പറ്റി? എന്താ ഒന്നും മിണ്ടാത്തത്? നമ്മൾ സിനിമ കാണാൻ പോകുമോ ഇന്ന്?" അപ്പുവിന്റെ വാക്കുകൾ കേട്ട അമ്മ ഇവനിത് എന്തിന്റെ കേടാണ് എന്ന മട്ടിൽ അവനെ നോക്കി, അടുക്കളയിലേക്ക് നടന്നു പോയി. അമ്മ ഉത്തരമൊന്നും നൽകാത്തതു കൊണ്ട് അപ്പു, ടിവി ഓൺ ചെയ്ത് യൂട്യൂബിലെ അവന് ഇഷ്ടപ്പെട്ട ചാനൽ സെലക്ട് ചെയ്ത് വീണ്ടും അച്ചമ്മയുടെ മടിയിലേക്ക് ചാരി.

അപ്പു ടിവി കാണുമ്പോൾ അച്ചമ്മയുടെ മടിയിൽ കിടക്കാറുണ്ട്. അപ്പോഴൊക്കെ അച്ചമ്മ അവന്റെ കുഞ്ഞിത്തലയിൽ തഴുകി അവനെ.

അതവന് വലിയ ഇഷ്ടവുമാണ്.

നേരം കടന്നു പോയി.

ഭൂമിയിലെ പകൽ വെളിച്ചം നിലാവിന് വഴിമാറി.

അച്ഛനെ കണ്ടില്ലല്ലോ! എന്താ അച്ഛൻ താമസിക്കുന്നത്? സിനിമാക്കാര്യം നടക്കില്ല എന്നുറപ്പായി.

മറ്റെന്തോ പ്രശ്നം ഉണ്ട്.

അതെന്താണെന്ന് ഒരു പിടിയും കിട്ടിയിട്ടുമില്ല.

പലപല ചോദ്യങ്ങൾ അങ്ങനെ ചോദിച്ചിരിക്കേ അങ്ങ് അകലെ നിന്ന് കാറിന്റെ ഹെഡ് ലൈറ്റിന്റെ വെളിച്ചം കണ്ടു.

'ദാ അച്ഛൻ എത്തിപ്പോയ്' എന്നു പറഞ്ഞ് അവൻ ചാടി എഴുന്നേറ്റു മുറ്റത്തേക്ക് ഓടി. കാർ പാർക്ക് ചെയ്ത് ഇറങ്ങി വന്ന അച്ഛനെ അവൻ കെട്ടിപ്പിടിച്ചു.

"എന്താ അച്ഛാ താമസിച്ചത്?" അപ്പുവിന്റെ ചോദ്യത്തിന് വ്യക്തമായ മറുപടി നൽകാതെ 'മോനിവിടിരിക്ക്, അച്ഛനിപ്പോൾ വരാമേ' എന്നു പറഞ്ഞ് മുറിക്കുള്ളിലേക്കു കയറി വാതിൽ അടച്ചു. അപ്പു വീണ്ടും അച്ചമ്മയുടെ പിന്നാലെ കൂടി.

അവധിയുടെ തലേ ദിവസം രാത്രിയിൽ പഠിക്കാൻ കൂട്ടാക്കാറില്ല അപ്പു. അവൻ ഉമ്മറത്തിരുന്ന് അച്ചമ്മയോട് സ്കൂൾ വിശേഷങ്ങളുടെ കെട്ടഴിച്ചു.

പക്ഷേ, അച്ചമ്മയുടെ ശ്രദ്ധ മറ്റെന്തിലോ ആണ്.

അപ്പുവിനു ഒരു രസവും തോന്നിയില്ല.

അപ്പോഴേക്കും അമ്മയുടെ വിളി വന്നു.

"എല്ലാവരും വന്ന് ആഹാരം കഴിക്ക്."

എല്ലാവരും ഊണുമുറിയിലെത്തി, ആഹാരം കഴിച്ചു തുടങ്ങി.

ആരും ഒന്നും സംസാരിക്കുന്നില്ല.

അപ്പു എല്ലാവരേയും മാറിമാറി നോക്കി. ഇതെന്താ, എന്തു പറ്റി എല്ലാവർക്കും? അവനോർത്തു. അച്ഛമ്മ തന്നെ മൗനം മുറിച്ചു.

"രവീ നീ എന്നിട്ട് എന്തു തീരുമാനിച്ചു?"

"അമ്മേ പോകണം. പ്രമോഷനാ അതുകൊണ്ടുള്ള സ്ഥലം മാറ്റമാണ്."

"ഇവിടെ നിന്നു കൂടേ നിനക്ക്?"

"പറ്റില്ലമ്മേ പോകാതിരുന്നാൽ പ്രമോഷൻ കിട്ടില്ല. എന്റെ താഴെയുള്ളവർ മുകളിലേക്കു കയറിപ്പോകും."

"എടാ എനിക്ക് വയസ്സായിവരികയാ. ഒറ്റക്ക് എങ്ങനെയാ...?"

"അമ്മയും ഞങ്ങളുടെ കൂടെ പോര്."

ഈ നാടും അച്ഛനുറങ്ങുന്ന ഈ മണ്ണും വിട്ടിട്ട് ഞാൻ എങ്ങോട്ടുമില്ല എന്ന് അമ്മ ഉറപ്പിച്ചു പറഞ്ഞു.

"അമ്മ പേടിക്കണ്ടാ ആര്യയും അപ്പുവും ഇവിടുണ്ടല്ലോ..."

അതുകേട്ട് വാടിയ മുഖത്തോടെ ആര്യ രവിയെ ഒന്നു നോക്കി. പിന്നെ കഴിച്ച പാത്രവും എടുത്ത് അടുക്കളയിലേക്ക് പോയി.

അടുക്കളയിലെ പൈപ്പിനു മുന്നിൽ നിറകണ്ണുകളോടെ നിന്ന അമ്മയെ കണ്ട അപ്പുവിനും സങ്കടമായി.

സാധാരണയായി അത്താഴത്തിനു ശേഷം നാട്ടുവിശേഷങ്ങൾ പറഞ്ഞിരിക്കാറുള്ള വീട്ടിൽ അന്നത്തെ രാത്രി അതിനൊന്നും നിൽക്കാതെ എല്ലാവരും കിടക്കാൻ പോയി.

പതിവിന് വിപരീതമായി അന്ന് അപ്പു അച്ഛന്റെയും അമ്മയുടേയും കൂടെയാണ് കിടന്നത്.

ആരും ഒന്നും സംസാരിക്കുന്നില്ല.

അപ്പു മെല്ലെ ഉറങ്ങാൻ തുടങ്ങി.

ആര്യയുടെ ഹൃദയം പുറത്തിരുന്ന് മിടിക്കുന്നത് രവിക്ക് കേൾക്കാം. മൗനത്തിന് വിരാമമിട്ടു കൊണ്ട് ആര്യ രവിയോടു ചോദിച്ചു.

"നിങ്ങൾ തനിച്ചാണോ പോകുന്നത്? എത്ര നാളായി ഞാൻ ഇങ്ങനെ ഇവിടെ ഈ ലോക്കൽ ഓഫീസ് ജോലിയുമായി കഴിയുന്നു..."

"ആര്യേ നമുക്ക് ശരിയാക്കാം."

അവളെ ആശ്വസിപ്പിച്ചു കൊണ്ട് രവി പറഞ്ഞു, "മോന്റെ സ്കൂൾ വർഷം അവസാനിക്കാൻ ഇനി മൂന്നു മാസം കൂടിയല്ലേ ഉള്ളൂ. അവൻ ഇവിടുത്തെ സർക്കാർ സ്കൂളിൽ പഠിച്ചാൽ പോരാ. ഡൽഹിയിൽ നല്ല സ്കൂളുകളുണ്ട്. ഞാൻ അവിടെച്ചെന്ന് ആദ്യം

നമുക്ക് താമസിക്കാനുള്ള ഫ്ളാറ്റും, മോന് പഠിക്കാനുള്ള സ്കൂളും റെഡിയാക്കാം. അവൻ അവിടെ ഒന്നു സെറ്റാകുമ്പോഴേക്കും നിനക്ക് ഇന്റർവ്യുസിനു പോകാം. ഒരു നല്ല ഓപ്പണിങ്ങ് നിനക്ക് കിട്ടാതിരിക്കില്ല. നീ ടെൻഷനടിക്കാതിരിക്ക്. ഈ ഒരു പ്രൊമോഷനു വേണ്ടി ഞാൻ എത്ര കഷ്ടപ്പെട്ടതാണെന്നു നിനക്കറിയാമല്ലോ."

'അപ്പോൾ അച്ചമ്മ ഒറ്റയ്ക്കാകില്ലേ അച്ഛാ?' എന്ന ചോദ്യം കേട്ടപ്പോഴാണ് അപ്പു ഉറങ്ങാതെ കിടന്ന് അവർ സംസാരിക്കുന്നതു കേൾക്കുകയായിരുന്നു എന്ന് രവിക്ക് മനസ്സിലായത്.

രവി മറുപടി പറഞ്ഞില്ല, പകരം ചേർത്തു പിടിച്ചു.

പിറ്റേന്ന് രാവിലെ രവിയുടെ ഒരു കൂട്ടുകാരൻ വീട്ടിൽ എത്തി.

രാത്രിയിലെ ഫ്ളൈറ്റിനു പോകേണ്ടതാണ്.

കുറച്ചു സാധനങ്ങൾ കൊറിയർ ചെയ്യാനുണ്ട്.

അത് പാക്ക് ചെയ്ത് കൂട്ടുകാരനെ ഏൽപ്പിക്കണം, പിന്നെ വൈകിട്ട് എയർപോർട്ടിൽ കൊണ്ടുപോയി വിടുകയും വേണം. കാര്യങ്ങൾ സംസാരിച്ച ശേഷം വൈകിട്ടു കാണാം എന്നു പറഞ്ഞ് അയാൾ മടങ്ങി.

ആര്യയും രവിയും കൂടി ആവശ്യമായ സാധനങ്ങൾ പായ്ക്ക് ചെയ്യാൻ തുടങ്ങി.

ഒരു അവധി ദിവസമായാൽ എല്ലാവരും ഒന്നിച്ച് ഭക്ഷണമുണ്ടാക്കി സന്തോഷിച്ച് ഇരിക്കുന്ന വീടാണത്.

എന്നാൽ അന്ന് അങ്ങനെയായിരുന്നില്ല.

അച്ചമ്മ വിഷമത്തോടെ ഇരിക്കുന്നതു കണ്ട അപ്പു അടുത്തു ചെന്നു.

"അച്ചമ്മേ കരയണ്ടാ. കുറച്ചു ദിവസം കഴിയുമ്പോൾ അച്ഛൻ വന്ന് എന്നേയും അമ്മയേയും ഡൽഹിയിലേക്ക് കൊണ്ടുപോകും, അപ്പോൾ അച്ചമ്മയേയും കൊണ്ടുപോകാൻ ഞാൻ പറയാം."

അപ്പുവിന്റെ പറച്ചിൽ കേട്ട് അച്ചമ്മയുടെ കണ്ണുനിറഞ്ഞു.

'എന്താ അമ്മേയിത്? എനിക്ക് പോകണ്ടേ? ഇത്രയും പഠിച്ചിട്ട് ഒരു നല്ല ജോലി ഇവൾക്കു വേണ്ടേ? മോനേ നല്ല സ്കൂളിൽ പഠിപ്പിക്കണ്ടേ?' എന്നൊക്കെ രവി ചോദിച്ചപ്പോൾ അമ്മ കണ്ണും മൂക്കും തുടച്ച് അകത്തെ മുറിയിൽ പോയിക്കിടന്നു.

രവി അത്യാവശ്യം സാധനങ്ങൾ പാക്ക് ചെയ്ത്, ബാക്കിയുള്ളവ മറ്റൊരു പെട്ടിയിലാക്കി കൊറിയർ ചെയ്യാൻ എടുത്തുവെച്ചു. ഉച്ച ഊണിനു ശേഷം അമ്മയേയും കൂട്ടി രവി പറമ്പിലേ

ക്ക് ഇറങ്ങി. അവിടെ കുളത്തിന്റെ കരയിൽ ചെന്നിരുന്ന് അമ്മയോടു കാര്യങ്ങൾ സാവകാശം പറഞ്ഞു മനസ്സിലാക്കി. ഇപ്പോൾ ഏതായാലും ഇവർ ഉണ്ടല്ലോ, ബാക്കിക്കാര്യങ്ങൾ നമുക്ക് സാവകാശം തീരുമാനിക്കാം എന്നു പറഞ്ഞത് അമ്മ സമ്മതിച്ചു.

അമ്മയും ഓർത്തു, കഷ്ടപ്പെട്ട് പഠിച്ചതാണ് രവി. അവന് കിട്ടേണ്ട പ്രൊമോഷൻ തന്റെ ദുർവാശി കാരണം ഇല്ലാതാകരുത്. അതുപോലെ ആര്യയും മിടുക്കിയാണ്. ശരിയാണ്, അവൾക്കും ഒരു നല്ല ഭാവിയുണ്ട്. ഇവിടെ ആരെ ഭയക്കാനാണ്? ബന്ധുവീടുകൾ ചുറ്റുമുണ്ട്. ഒന്നു വിളിച്ചാൽ ആരും ഓടിയെത്തും. രവി പഠിക്കാൻ ദൂരെപ്പോയിരുന്നപ്പോഴും ഒറ്റയ്ക്കായിരുന്നല്ലോ. ഇനി വേണമെങ്കിൽ ഒരാളെ കൂടെ നിർത്താം. അതിനും ഇപ്പോൾ പ്രയാസമില്ല. അപ്പുവിനും നല്ല വിദ്യാഭ്യാസം കിട്ടണം. കുട്ടികളുടെ ഭാവിയാണ് പ്രധാനം.

അവർ എഴുന്നേറ്റു മുഖം തുടച്ചു.

മോനെ കെട്ടിപ്പിടിച്ചു.

നീ സമാധാനമായി പോയി വാ.

അപ്പൂന്റെ അഡ്മിഷൻ ഒക്കെ ശരിയാക്കിയിട്ട് രണ്ടു പേരെയും അങ്ങോട്ടു കൂട്ടിക്കോ എന്നു പറഞ്ഞു.

രവി യാത്രയ്ക്കു തയ്യാറായി.

അമ്മയുടെ കാലു തൊട്ടു വന്ദിച്ച് കെട്ടിപ്പിടിച്ച് ആര്യയേയും അപ്പുവിനേയും ചേർത്തുനിർത്തി, അപ്പുവിന്റെ കവിളിൽ ഉമ്മ കൊടുത്ത് യാത്രയായി.

അധ്യായം മൂന്ന്

വീടിന്റെ ഗേറ്റിനു മുൻപിൽ സ്കൂൾ വാൻ വന്നുനിന്നു. 'അച്ചമ്മേ, അപ്പു വന്നു...' എന്ന് വിളിച്ചു പറഞ്ഞു കൊണ്ട് അപ്പു വീട്ടിലേക്ക് ഓടിയെത്തി.

അപ്പുവിന്റെ വാർഷികപരീക്ഷ കഴിഞ്ഞതിന്റെ സന്തോഷം അവന്റെ 'അച്ചമ്മേ' എന്ന വിളിയിലുമുണ്ടായിരുന്നു. അപ്പുവിന്റെ വിളികേട്ട് ആദ്യം പുറത്തേക്കു വന്നത് അവന്റെ അച്ചനായിരുന്നു. സന്തോഷം അടക്കാനാവാതെ അവൻ അച്ചന്റെ അടുത്തേക്ക് ഓടിയെത്തി. അച്ചൻ അവനെ ചേർത്തു പിടിച്ചു.

"അച്ചാ, എപ്പോഴാ വന്നത്?"

"ഉച്ചയ്ക്ക് എത്തി അപ്പൂട്ടാ..."

അപ്പുവിന് സന്തോഷം അടക്കാനായില്ല.

“അച്ഛരാ എന്റെ പരീക്ഷ തീർന്നു. സ്കൂൾ അടച്ചു. ഇനി രണ്ടു മാസം സ്കൂളിൽ പോകണ്ടാ”, എന്നു പറഞ്ഞ് അവൻ അച്ഛരന്റെ മടിയിലിരുന്നു.

“അപ്പു മോനേ വന്ന് ചായ കുടിച്ചാട്ടേ...” അച്ഛരമ്മ അപ്പുവിന് ചായയും സ്നാക്സും കൊടുത്തിട്ട് അവിടെയിരുന്നു.

“അച്ഛരമ്മേ അമ്മ വന്നില്ലല്ലോ എന്തു പറ്റി?”

“അമ്മ ഇന്ന് കുറച്ച് താമസിക്കും. അമ്മ ഇന്നു കൂടിയേ ഓഫീസിൽ പോകുന്നുള്ളു. ഇന്ന് അമ്മക്ക് യാത്ര അയപ്പ് പാർട്ടിയുണ്ട്. അതു കഴിഞ്ഞേ വരൂ.”

“അമ്മേ രാത്രിയിൽ എന്റെ മൂന്നു നാല് കൂട്ടുകാർ ഇവിടെ വരുന്നുണ്ട്. എന്തു ഭക്ഷണമാ അവർക്ക് കൊടുക്കേണ്ടത്.”

“ഇനി വെച്ചുണ്ടാക്കൽ പ്രയാസമല്ലേ രവി, നമുക്ക് ഓഡർ ചെയ്താലോ?”

‘അതു മതിയമ്മേ...’ എന്നു പറഞ്ഞു കൊണ്ട് രവി അകത്തേക്ക് പോയി.

അപ്പു അച്ഛരമ്മയെ ചേർന്നിരുന്നു.

ഫോണുമായി തിരിച്ചെത്തിയ രവി ഹോട്ടലിൽ വിളിച്ച് രാത്രിയിലേക്ക് ഭക്ഷണം ഓഡർ ചെയ്തു.

“അപ്പോൾ നിങ്ങൾ പോകുകയാണ് അല്ലേ?” അമ്മ ചോദിച്ചു.

“പോകാതെ പറ്റില്ലല്ലോ അമ്മേ...”

എന്നു പറഞ്ഞു കൊണ്ട് രവി അമ്മയെ നോക്കിയിരുന്നു.

‘അപ്പു അങ്ങനെ ഡൽഹിക്കാരനായി അല്ലേടാ മോനേ...’ എന്ന അച്ഛരമ്മയുടെ പറച്ചിൽ കേട്ടപ്പോൾ അപ്പുവിനും സന്തോഷമായി. അച്ഛരൻ ഡൽഹിയിലേക്ക് പോയ അന്നു മുതൽ പത്രത്തിൽ നിന്നും ടി.വിയിലൂടെയും, കൂട്ടുകാരും, അദ്ധ്യാപകരും പറയുന്നതു കേട്ടും അപ്പു ഡൽഹിയെക്കുറിച്ച് ചില കാര്യങ്ങൾ മനസ്സിലാക്കിയിരുന്നു.

അച്ഛരന്റെ കൂടെ ഞങ്ങൾ ഡൽഹി കാണാൻ പോകുമെന്ന് അവൻ കൂട്ടുകാരോട് വീമ്പ് പറഞ്ഞിരുന്നു.

ഇന്ത്യയുടെ തലസ്ഥാനമാണ് ന്യൂഡൽഹി.

അവിടെ പോകുന്നത് ചെറിയ കാര്യമാണോ?

അപ്പോഴേക്കും മുറ്റത്തേക്ക് ഒരു കാർ വന്നുനിന്നു.

ആര്യയെ കൊണ്ടാക്കാൻ ഓഫീസിലെ കൂട്ടുകാർ വന്നതാണ്.

“എല്ലാവരും കയറി വന്നാട്ടേ...” രവി പറഞ്ഞു.

“എല്ലാവരും ഇരിക്ക്. രവി വന്നപ്പോൾ ഞാൻ കുറച്ച് പായസം

ഉണ്ടാക്കിയിരുന്നു, അത് എടുക്കാം."

സന്തോഷത്തോടെ ആ അമ്മ കൊടുത്ത പായസവും കുടിച്ച് അവർ യാത്രയായി.

ഡ്രസ്സ് മാറി തിരിച്ചെത്തിയ ആര്യ ഓഫീസിലെ വിശേഷങ്ങൾ പങ്കുവച്ചു. ഈ സമയത്തു തന്നെ രവി ഓഡർ ചെയ്ത ഭക്ഷണം ഡലിവറി ബോയ് വീട്ടിലെത്തിച്ചു.

"എട്ടു മണിയായിട്ടും ഇവന്മാരിതെവിടാണ്?"

രവി ഫോണെടുത്തു കൂട്ടുകാരെ വിളിച്ചു.

പലസ്ഥലത്തു ജോലി ചെയ്യുന്ന നാട്ടിലെ രവിയുടെ കൂട്ടുകാരാണവർ. ജോലി കഴിഞ്ഞ് മടങ്ങിയെത്തിയിട്ടു വേണം അവർക്ക് വരാൻ. കുറച്ചു നേരം കഴിഞ്ഞപ്പോൾ കൂട്ടുകാർ നാലു പേരും ഒന്നിച്ച് വീട്ടിലെത്തി.

"എന്തൊക്കെയുണ്ടെടാ ഡൽഹി വിശേഷം?"

"എന്നും ഫോൺ ചെയ്തു വിശേഷങ്ങളറിയുന്നതല്ലേ? പിന്നീട് ഇനി എന്തു വിശേഷമാണുള്ളത്?" രവി പറഞ്ഞു.

പക്ഷേ, അവർക്കു പങ്കു വെക്കാൻ ധാരാളം വിശേഷങ്ങൾ ബാക്കിയുണ്ടായിരുന്നു.

ഭക്ഷണം എടുത്തുവെച്ച ശേഷം ആര്യയും അമ്മയും കൂടി എല്ലാവരേയും കഴിക്കാനായി വിളിച്ചു. എല്ലാവരും ഭക്ഷണം കഴിച്ചു. പിന്നെ രവി അവരെ സന്തോഷത്തോടെ യാത്രയാക്കി.

നാലു മാസങ്ങൾക്കു ശേഷം ആ വീട് പഴയ അവസ്ഥയിലേക്ക് മടങ്ങിവന്ന അനുഭവമായിരുന്നു അപ്പോൾ.

അപ്പു, അച്ഛന്റെ അടുത്തിരിക്കുകയാണ്, ഡൽഹിയെക്കുറിച്ച് പറയുന്നത് കേൾക്കാൻ.

"എടാ രവി എന്നത്തേക്കാ നിങ്ങൾ പോകുന്നത്?"

"അമ്മേ ഞാൻ ഇപ്പോൾ ചെന്നിട്ട് നാലു മാസമല്ലേ ആയിട്ടുള്ളു, ലീവ് ഒന്നും കൂടുതൽ കിട്ടില്ല. ഒരു കോൺഫറൻസ് എറണാകുളത്തുണ്ട്. അങ്ങനെ അഡ്ജസ്റ്റ് ചെയ്ത് വന്നതാ... പത്തുദിവസം കഴിഞ്ഞ് പോകണം."

"പെട്ടെന്ന് അങ്ങ് പോകുവാ നിങ്ങൾ അല്ലേ? എന്തായി അപ്പുവിന്റെ സ്കൂൾ അഡ്മിഷൻ?"

"അവിടെ അഡ്മിഷൻ ശരിയാക്കിയിട്ടുണ്ട്." രവി പറഞ്ഞു.

"ആര്യയുടെ ജോലിക്കാര്യമോ?" അമ്മയുടെ ചോദ്യം പിന്നീട് അതായിരുന്നു.

"സി.വി. പലയിടത്തും അയച്ചിട്ടുണ്ട്. ആര്യ എത്തിയാലേ അത്

ശരിയാകുകയുള്ളു. തന്നെയുമല്ല മോനേ സ്കൂളിൽ ചേർത്ത് അവൻ ഒന്ന് സ്ക്കൂളിൽ പോയി തുടങ്ങിയിട്ട് വേണം ആര്യ ജോലിക്ക് പോകാൻ."

'ചേട്ടാ എങ്ങനെയാ ഇപ്പോൾ കാലാവസ്ഥ' എന്നതായിരുന്നു ആര്യയുടെ സംശയം.

"ഇനിയിപ്പം ദാ ചൂട് തുടങ്ങുകയായി. ഫ്ളാറ്റിൽ എ.സി.യുണ്ട്. നീ പേടിക്കേണ്ട."

"എടാ രവി അവിടെ സഹായത്തിന് ജോലിക്കാരെ കിട്ടുമോ?"

"കിട്ടും അമ്മേ, അതൊക്കെ അവിടെ എത്തിയിട്ട് ശരിയാക്കാം..."

"അച്ചഛാ, നമ്മൾ പ്ലെയിനിലാണോ പോകുന്നത്?"

കൂട്ടുകാരോട് അപ്പു പറഞ്ഞ വീമ്പുകളിലൊന്നായിരുന്നു അവന്റെ പ്ലെയിൻ യാത്ര.

"അല്ല മോനേ നമുക്ക് കൊണ്ടുപോകാൻ ധാരാളം സാധനങ്ങൾ ഉണ്ട്. നിങ്ങളുടെയൊക്കെ തുണികൾ, പിന്നെ കുറച്ച് സാധനങ്ങളും. ഇത്രയൊന്നും പ്ലെയിനിൽ പറ്റില്ല. രാജധാനിയിൽ ടിക്കറ്റ് ബുക്ക് ചെയ്തിട്ടുണ്ട്. ഇത്തവണ അതിലാക്കാം യാത്ര."

സംസാരിച്ചിരുന്ന് സമയം പോയതറിഞ്ഞില്ല.

അപ്പു മെല്ലെ ഉറങ്ങുന്നതു കണ്ട അച്ചമ്മ 'വാ അപ്പു കിടക്കാം' എന്നു പറഞ്ഞ് എഴുന്നേറ്റു.

അച്ചമ്മയുടെ കൈ പിടിച്ച് അവൻ നടന്ന് മുറിയിലേക്ക് കയറി. കിടന്നപാടെ ഉറങ്ങുകയും ചെയ്തു.

രാവിലെ ഉറക്കമുണർന്ന് പുറത്തേക്ക് വന്ന അപ്പു തൊടിയിൽ തേങ്ങ പെറുക്കിയിടുന്ന അച്ഛനേയും അമ്മയേയുമാണ് കണ്ടത്.

'മോൻ ഉണർന്നോ അമ്മ ചായ തരാമേ' എന്നു പറഞ്ഞ് ആര്യ അവന് ചായകൊടുത്തു.

ചായ കുടിച്ചു തൊടിയിലേക്കിറങ്ങിയ അവൻ തെങ്ങുകയറുന്ന ആളിനെ നോക്കി നിന്നു.

"ഇതാരാ അച്ചമ്മേ തേങ്ങയിടാൻ പുതിയ ഒരാൾ?"

അവൻ ആദ്യമായി കാണുകയാണ് ഇങ്ങനെ ഒരാളിനെ അതും യന്ത്രം ഉപയോഗിച്ച് തെങ്ങുകയറുന്നത്.

'ഇത് ഹിന്ദിക്കാരനാ... ഇപ്പോൾ ഇവരൊക്കെയാ തേങ്ങയിടാനും മരം വെട്ടാനും വീടുപണിയാനുമൊക്കെ നമ്മുടെ നാട്ടിൽ വരുന്നത്'

ഇങ്ങനെ പറഞ്ഞു കൊണ്ട് ആര്യ തെങ്ങിന്റെ ചുവട്ടിൽ കിടന്ന തേങ്ങ എടുത്ത് മുറ്റത്ത് കൂട്ടിയിട്ടു.

തേങ്ങയെടുത്ത് കുലുക്കി നോക്കിക്കൊണ്ട് അച്ഛമ്മ രവിയോട് പറഞ്ഞു, "ഒറ്റയൊരെണ്ണത്തിനും തേങ്ങയേത്, കരിക്ക് ഏത് എന്നറില്ല."

അച്ഛമ്മയും രവിയും അപ്പുവും ആ തൊടിയിലാകെ നടന്നു.

"എടാ രവി ആ പൊളിഞ്ഞു കിടക്കുന്ന വേലിയങ്ങ് കെട്ടിക്കണം. ഹിന്ദിക്കാരോട് നീയാകുമ്പോൾ പറഞ്ഞു ചെയ്യിക്കാൻ പറ്റും. നീ പോയിക്കഴിഞ്ഞാൽ ഇതിന്റെ പിറകേ ഞാൻ പോകണ്ടേ?"

"ചെയ്യിക്കാം അമ്മേ നാളെയാകട്ടെ." രവി പറഞ്ഞു.

"അമ്മ ഞങ്ങളുടെ കൂടെ വരില്ലേ?"

"രവി ഞാൻ നിന്നോട് നേരത്തേ തന്നെ പറഞ്ഞതല്ലേ വരുന്നില്ലെന്ന്. ഇവിടെ ഇതെല്ലാം ഇട്ടിട്ട് വരാൻ പറ്റുമോ?"

"നമുക്ക് വീട് അടച്ചിട്ടിട്ട് പോകാം. ചെറിയമ്മാവനോട് ഇടയ്ക്ക് വന്നു നോക്കാൻ പറയാം."

"അതു വേണ്ട അതൊന്നും ശരിയാവില്ല. ഞാൻ വരില്ല."

"അമ്മ ഒറ്റയ്ക്കാവില്ലേ അമ്മയുടെ കൂട്ടിന് ആരാണുള്ളത്?"

"എടാ രവി, ഇത് നമ്മുടെ നാടല്ലേ, അയൽക്കാരൊക്കെയും നല്ലവരല്ലേ? ബന്ധുക്കളും ഉണ്ട് അടുത്തടുത്ത്. പിന്നെന്താ അവരൊക്കെയുണ്ടല്ലോ. തല്ക്കാലം നീ ടെൻഷനടിക്കണ്ട. സന്തോഷമായി ജീവിക്ക്."

"അമ്മ ഇടയ്ക്ക് വരില്ലേ?" ആര്യ ചോദിച്ചു.

'അതു നോക്കാം അധികം ദൂരമില്ലല്ലോ ഫ്ലൈറ്റിൽ 5 മണിക്കൂർ യാത്രയല്ലേയുള്ളു' എന്നൊക്കെ പറഞ്ഞു കൊണ്ട് അച്ഛമ്മ വീട്ടിലേക്ക് നടന്നു.

ഡൽഹിയിലേക്ക് കൊണ്ടു പോകുന്നതിനുള്ള സാധനങ്ങൾ നാലുപേരും ചേർന്ന് പായ്ക്ക് ചെയ്തു. അപ്പുവിന് ഇഷ്ടമുള്ള എള്ളുണ്ട, ചീനി വറ്റൽ, ചക്ക ഉപ്പേരി, കപ്പ എന്നിവയെല്ലാം എടുത്തു വയ്ക്കുവാൻ അച്ഛമ്മ മറന്നില്ല.

"പിള്ളേരേ... നിങ്ങൾ ആര്യ മോളുടെ വീട്ടിൽ പോകുന്നില്ലേ?"

"പോകുന്നമ്മേ..." ആര്യ മറുപടി പറഞ്ഞു.

പിറ്റേ ദിവസം രാവിലെ ആര്യയുടെ വീട്ടിൽ എത്തി എല്ലാവരെയും കണ്ട് യാത്ര പറഞ്ഞ് അവർ തിരിച്ചെത്തി.

അങ്ങനെ പോകേണ്ട ദിവസമായി, രാവിലെ തന്നെ എല്ലാവരും പോകാൻ റെഡിയായി. ആര്യയുടെ അച്ഛനും അമ്മയും യാത്രയാക്കാൻ എത്തിയിട്ടുണ്ട്. രവിയുടെ സുഹൃത്ത് കാറുമായി എത്തിക്കഴിഞ്ഞു. ലഗേജ് കാറിൽ വച്ചശേഷം പോകാനായി തയ്യാറായി.

"രവീ, ചേച്ചി ഒറ്റക്കാണ് അല്ലേ?"

ആര്യയുടെ അച്ഛന്റെ ചോദ്യത്തിനു രവി ഒന്നും മിണ്ടിയില്ല.

"മക്കൾ ദൂരെ സ്ഥലത്തേക്ക് പോയാൽ ഇങ്ങനെയാ നമ്മളും നാളെ ഇങ്ങനെയൊക്കെ ഇരിക്കേണ്ടി വരും." അദ്ദേഹത്തിന്റെ കൈയിൽ ഒരു ചെറിയ തട്ടു കൊടുത്ത് ആര്യയുടെ അമ്മ പറഞ്ഞു.

യാത്ര പറയാൻ ചെന്ന അപ്പുവിനെ അച്ഛമ്മ കെട്ടിപ്പിടിച്ചു കരഞ്ഞു. അപ്പുവിനും കരച്ചിലടക്കാനായില്ല. അങ്ങനെ അച്ഛമ്മയുടെ കഥകൾക്ക് താല്കാലിക വിരാമമിട്ടുകൊണ്ട് കാറ് മെല്ലെ മെല്ലെ മുന്നോട്ടു പോയി.

അധ്യായം നാല്

കാർ റെയിൽവേസ്റ്റേഷനെ ലക്ഷ്യമാക്കി മുന്നോട്ടു പോയി. പോകുന്ന വഴിയിൽ ട്രെയിനിനെക്കുറിച്ചും യാത്രയെക്കുറിച്ചും അപ്പുവിന്റെ സംശയങ്ങൾക്ക് രവിയും ആര്യയും മറുപടികൾ പലതും പറഞ്ഞു. ഒടുവിൽ അവർ റെയിൽവേ സ്റ്റേഷനിലെത്തി. വളരെയധികം തിരക്കുള്ള റെയിൽവേ സ്റ്റേഷൻ ആണത്.

"നമുക്ക് പോകേണ്ടത് രണ്ടാമത്തെ പ്ലാറ്റ്ഫോമിലെ കോച്ച്പൊസിഷൻ പതിനേഴിൽ ആണ്. അവിടെയാണ് നമ്മുടെ കോച്ച് എത്തുന്നത്."

രവി പറഞ്ഞതനുസരിച്ച് എല്ലാവരും കൂടി ഓവർ ബ്രിഡ്ജ് കയറി രണ്ടാം പ്ലാറ്റ്ഫോമിലെത്തി. അവിടെയുള്ള ബഞ്ചിൽ അവർ ഇരുന്നു.

അപ്പുവിന് ഇതൊരു പുതിയ അനുഭവമായിരുന്നു.

വീടിനടുത്തെ ചെറിയ റെയിൽവേ സ്റ്റേഷനിൽ പോയിട്ടുള്ളതല്ലാതെ ഒരു വലിയ റെയിൽവേ സ്റ്റേഷനിൽ പോയ ഓർമ്മ അപ്പുവിന് ഇല്ലായിരുന്നു.

അങ്ങനെ വിചിത്രവും വിസ്മയവും നിറഞ്ഞ ഒന്നായി അപ്പുവിന് റെയിൽവെ സ്റ്റേഷൻ കാഴ്ച.

അവൻ അവിടുത്തെ ഓരോന്നും നോക്കി കണ്ടു.

മലയാളത്തിലെഴുതിയതും ഇംഗ്ലീഷിൽ എഴുതിയതും വായിക്കാനും ശ്രമിച്ചു.

അങ്ങനെ റെയിൽവെ സ്റ്റേഷൻ കണ്ടു കൊണ്ടിരിക്കേ വീണ്ടും അനൗൺസ്മെന്റ് വന്നെത്തി.

'യാത്രക്കാരുടെ ശ്രദ്ധക്ക്... തിരുവനന്തപുരത്തു നിന്നും നിസാമുദ്ദീൻ വരെ പോകുന്ന 124311 നമ്പർ രാജധാനി എക്സ്പ്രസ്സ് അല്പ

സമയത്തിനുള്ളിൽ രണ്ടാമത്തെ പ്ലാറ്റ്ഫോമിലേക്ക് എത്തിച്ചേരുന്ന താണ്....'

പിന്നാലെ ഇംഗ്ലീഷിലും ഹിന്ദിയിലും അനൗൺസ്മെന്റുകൾ വന്നു.

അപ്പു ട്രെയിനിൽ കയറാൻ തയ്യാറായി പ്ലാറ്റ്ഫോമിൽ നിന്നു. അങ്ങ് അകലെനിന്ന് അതാ രാജകീയ പ്രൗഡിയിൽ രാജധാനി എക്പ്രസ്സ് വരുന്നു. അപ്പു പട്ടണത്തിലേക്ക് പോകുവാൻ ബസ്സ് കൈ കാണിച്ച് നിർത്തിയതിന്റെ ഓർമ്മ പുതുക്കി.

അപ്പുവും ആര്യയും ആദ്യം അകത്തുകയറി.

പോർട്ടറും സുഹൃത്തും സഹായിച്ച് ലഗേജും ഉള്ളിൽ കയറ്റി രവിയും അകത്തേക്കു കയറി. ചൂളം വിളിച്ചു കൊണ്ട് രാജധാനി എക്പ്രസ്സ് ഡൽഹിയെ ലക്ഷ്യമാക്കിക്കൊണ്ട് മുന്നോട്ടു കുതിച്ചു.

ഇന്ത്യൻ റെയിൽവേയുടെ അഭിമാനമാണ് രാജധാനി എക്സ്പ്രസ്സ്. സുഖകരമായ യാത്ര ഉറപ്പു വരുത്തുന്നു ഈ ട്രെയിൻ. കൊങ്കൺ പാതയിലൂടെ വിവിധ സംസ്ഥാനങ്ങൾ താണ്ടി രണ്ടു ദിവസം കൊണ്ടാണ് അത് രാജ്യതലസ്ഥാനത്ത് എത്തുന്നത്.

എല്ലാവരും ലഗേജുകളെല്ലാം ഒതുക്കി വച്ച് സ്വസ്ഥമായി അവരവരുടെ സീറ്റുകളിലിരുന്നു.

അവർ ഇരുന്ന കൂപ്പയിൽ ഒരു അങ്കിളും, ആന്റിയും ഉണ്ടായിരുന്നു.

"എന്താ മോനേ പേര്?" ആന്റി ചോദിച്ചു.

"അപ്പു എന്നാ വിളിക്കുന്നത്. ആദിദേവ് എന്നാണ് പേര്." ആര്യയാണ് ഉത്തരം പറഞ്ഞത്.

"ഡൽഹിയിൽ എവിടെയാണ്?"

"ഞങ്ങൾ നിസാമുദ്ദീനിൽത്തന്നെ." രവി മറുപടി പറഞ്ഞു.

"നിങ്ങളോ?" രവി ചോദിച്ചു.

"നോയിഡയിൽ."

"ഇവർ ആദ്യമായി ഡൽഹിക്കു വരികയാണ്, നാട്ടിലായിരുന്നു. ഇനി മോനേ അവിടെ പഠിപ്പിക്കണം, ആര്യക്കും അവിടെ ജോലി ശരിയാക്കണം."

അപ്പോഴേക്കും കറുത്ത പാന്റ്സും വെള്ള ഷർട്ടും ടൈയും കെട്ടി കോട്ടിട്ട ഒരാൾ വന്നു.

"ആരാ അമ്മേ അത്?"

അപ്പുവിന് സംശയമായി.

"ഇതാ മോനേ ടി.ടി.ആർ."

"ടി.ടി.ആറോ! അത് എന്താ?"

യാത്രക്കാരുടെ ടിക്കറ്റ് പരിശോധിക്കുന്ന ആളാണ് ടി.ടി.ആർ എന്ന് അമ്മ പറഞ്ഞപ്പോൾ അപ്പു ആ മനുഷ്യനെ അത്ഭുതത്തോടെ നോക്കിയിരുന്നു.

ടി.ടി.ആർ മൂന്നു പേരുടേയും പേര് കയ്യിലിരുന്ന ടാബിൽ നോക്കി വിളിച്ചു, സീറ്റ് നമ്പരും പറഞ്ഞിട്ട് തിരികെ പോയി.

"അച്ഛാ അതിന് ടിക്കറ്റ് എവിടെ?"

"മോനേ അപ്പൂ, ടിക്കറ്റ് ഓൺലൈനിലാ എടുക്കുന്നത്. അച്ഛന്റെ മൊബൈലിലുണ്ട്. അതുപോലെ ടി.ടി.ആറിന്റെ ടാബിലും."

"അച്ഛാ ടിക്കറ്റ് ഓൺലൈനിലേ എടുക്കാൻ സാധിക്കുകയുള്ളോ?"

"അല്ല, റെയിൽവേ സ്റ്റേഷനിൽ ചെന്ന് രൂപ കൊടുത്തും ടിക്കറ്റ് എടുക്കാം."

അപ്പു പുറത്തേക്ക് നോക്കി.

ട്രെയിനിന്റെ ജനാലകൾ അടഞ്ഞതാണ്.

എ.സി ട്രെയിനിന്റെ ജനാലകൾ തുറക്കില്ല എന്ന് അമ്മ അവന് പറഞ്ഞു കൊടുത്തു.

"ഫുഡ് വരുന്നുണ്ട്." രവി ആര്യയോട് പറഞ്ഞു.

"ഇത് എപ്പോഴാണ് ഓഡർ ചെയ്തത്?"

"ഞാൻ ഓൺലൈൻ സൈറ്റിൽ നേരത്തേ ഓഡർ ചെയ്തു." രവി പറഞ്ഞു

രാജധാനി ട്രയിനിൽ കാറ്ററിംഗ് സർവ്വീസ് നടത്തുന്നത് രാജ്യത്തെ അറിയപ്പെടുന്ന ഫൈവ് സ്റ്റാർ ഹോട്ടൽ ആണ്. റെയിൽവെ രാജധാനി എക്സ്പ്രസ്സിലെ യാത്രക്കാർക്കു വേണ്ടി പ്രത്യേക മെനു തയ്യാറായിട്ടുണ്ട്. അതാതു സമയത്ത് അതിൽ ഉൾപ്പെട്ടിട്ടുള്ള ഏതു ഭക്ഷണവും ഓഡർ ചെയ്താൽ നമുക്ക് കിട്ടും. രാത്രിയിൽ കഴിക്കാനായി ബസ്മതി റൈസ്സ്, ഡാൽ കറി, ചിക്കൻ, റൊമാലി റൊട്ടി, സലാഡ്, ജ്യൂസ് എന്നിവയാണ് ഓഡർ ചെയ്തത്. ഡലിവറിബോയ് അത് കൃത്യമായി കൊണ്ടുവന്നു.

വീട്ടിൽ അച്ചരമ്മയും ഒന്നിച്ചിരുന്ന് രാത്രി ഭക്ഷണം കഴിച്ചത് ഓർത്തുകൊണ്ട് അപ്പു ഭക്ഷണത്തിനു മുൻപിലിരുന്നു.

കഴിക്കുന്നതിനിടയിൽ അവന്റെ ഓർമ അച്ചരമ്മയുടെ അടുത്തു വരെയെത്തി.

"അച്ചരമ്മ കഴിച്ചു കാണുമോ അമ്മേ?"

"ഉം." അമ്മ മൂളി.

രാത്രിയിൽ ഭക്ഷണം കഴിച്ചശേഷം അവൻ ഉറങ്ങാൻ കിടന്നു.

രാവിലെ ഉറക്കമുണർന്ന അപ്പു സീറ്റിൽ ഉണർന്നിരിക്കുന്ന അച്ഛനെയും അമ്മയേയുമാണ് കണ്ടത്.

“അപ്പുക്കുട്ടൻ ഉണർന്നല്ലോ. എഴുന്നേറ്റ് ടൊയ്‌ലറ്റിൽ പോയിട്ടു വാ... അച്ഛൻ കൂടെ വരും.” അമ്മ പറഞ്ഞു.

അച്ഛൻ അവനെ കൊണ്ടുപോയി പ്രഭാതകൃത്യങ്ങൾക്കു ശേഷം തിരികെ കൊണ്ടുവന്നു.

ചായ കുടിച്ചു കൊണ്ടിരിക്കേ അപ്പുവിനൊരു സംശയം, “അച്ഛാ ഇത് ഏത് സ്ഥലമാണ്?”

“ഇത് ഉടുപ്പിയാ മോനേ...”

ഉടുപ്പി കർണ്ണാടക സംസ്ഥാനത്താണെന്ന് അച്ഛൻ പറഞ്ഞു കൊടുത്തപ്പോൾ അവന് വീണ്ടും സംശയം.

“അപ്പോൾ കേരളം കഴിഞ്ഞോ?”

രാജധാനി കണ്ണാടകയിലെ അതിർത്തി ജില്ലകളിലൂടെ ചീറിപ്പാഞ്ഞു പോകുന്നു. പ്രസിദ്ധമായ മുരുഡേശ്വർ കടന്ന് മുന്നോട്ട്.

കാർവാർ സ്റ്റേഷനിൽ വണ്ടി നിർത്തി.

അവിടെ നിന്നും യാത്ര തിരിച്ചപ്പോഴേക്കും രാവിലത്തെ വിഭവസമൃദ്ധമായ കാപ്പി എത്തി. ഇഡലിയും വടയും ബ്രഡും ജാമും മുട്ടയും ഉപ്പുമാവും പഴവും ചായയും കാപ്പിയുമെല്ലാം.

വണ്ടി രത്നഗിരി, പനവേൽ താണ്ടി മുന്നോട്ട് പോയി.

രത്നഗിരി കഴിഞ്ഞപ്പോഴേക്കും വീണ്ടും ഇരുട്ട് പരന്നു.

പിറ്റേന്ന് രാവിലെ അപ്പു ഉറക്കമുണർന്നത് രാജസ്ഥാൻ സംസ്ഥാനത്താണ്. പ്രസിദ്ധമായ കോട്ട എന്ന സ്ഥലം. ചരിത്ര പ്രാധാന്യം ഏറെയുള്ളതാണ് കോട്ട.

ഗോതമ്പുപാടങ്ങൾക്കു നടുവിലൂടെയായി പിന്നീടുള്ള യാത്ര.

“എന്താണ് അച്ഛാ ഇവിടെ കൃഷി ചെയ്യുന്നത്?”

‘ഗോതമ്പാണ്’ എന്ന് പറഞ്ഞപ്പോൾ അവൻ വീണ്ടും അച്ഛമ്മയുടെ ഗോതമ്പ് പായസത്തെക്കുറിച്ചോർത്തു. ട്രെയിൻ മധുരയിലെത്തി. ആ യാത്ര ഉച്ചയോടു കൂടി നിസ്സാമുദ്ദീൻ റെയിൽവേ സ്റ്റേഷനിൽ അവസാനിച്ചു.

അവിടിറങ്ങിയ അപ്പുവിനെ സ്വീകരിച്ചത് ജനമഹാസാഗരമായിരുന്നു. അത്രയ്ക്കു തിരക്കാണ് ആ സ്റ്റേഷനിൽ.

തലങ്ങും വിലങ്ങും ട്രയിനുകളുടെ നീണ്ട നിര.

അനേകം പ്ലാറ്റ്ഫോമുകൾ വിവധതരം അനൗൺസ്മെന്റുകൾ അതിനിടയിൽ മലയാളം വരുന്നുണ്ടോ എന്നവൻ ശ്രദ്ധിച്ചു.

ഫലം നിരാശയായിരുന്നു.

കാരണം കേരളം വിട്ടാൽ മലയാളത്തിലൊന്നും കാണാനില്ല.

മലയാളം കേൾക്കണമെങ്കിൽ മലയാളിയെ കാണണം.

അവൻ പലതും മനസ്സിലാക്കുകയാണ്.

സഹയാത്രികരായ അങ്കിളിനോടും, ആന്റിയോടും യാത്ര പറഞ്ഞ് ഒരു ടാക്സിയിൽ അവർ താമസിക്കുന്ന ഗൗരിനഗറിലേക്കു യാത്രയായി. റോഡ് തിങ്ങി നിറഞ്ഞ് വാഹനങ്ങളും ആൾക്കാരും പോകുന്ന കാഴ്ച അപ്പുവിനെ വിസ്മയിപ്പിച്ചു. ട്രാഫിക് ബ്ലോക്കിൽ നിന്നും രക്ഷപ്പെട്ട് കാർ ഗൗരിനഗറിലെ ഫ്ളാറ്റിന്റെ മുൻപിലെ ചെറുറോഡിൽ പാർക്ക് ചെയ്തു .

"ഇതിന്റെ മൂന്നാം നിലയിലാണ് നമ്മുടെ ഫ്ളാറ്റ്."

രവി പറഞ്ഞു.

അപ്പോൾ അപ്പു മുകളിലേക്ക് ഒന്നു നോക്കി.

തീപ്പെട്ടി കൂടുകൾ അടുക്കി വെച്ചതുപോലെയാണ് ഇവിടെ വീടുകൾ എന്ന് അപ്പുവിനു തോന്നി.

വലിയ ഇരുമ്പു ഗേറ്റുകൾ, രണ്ടോ മൂന്നോ നിലയിലെ വീടുകൾ, അതും അടുത്തടുത്ത്.

ഇതാണ് ഡൽഹി.

അപ്പു മനസ്സിലാക്കുകയായിരുന്നു ഓരോ കാഴ്ചകളും.

അവൻ അച്ഛനും അമ്മയ്ക്കുമൊപ്പം പുതിയ വീട്ടിലേക്കു കയറി.

അധ്യായം അഞ്ച്

വീട്ടിനുള്ളിലേക്ക് കയറിയ അപ്പു ചുറ്റും കണ്ണോടിച്ചു. നാട്ടിലെ വീടുകൾപോലെയല്ല, മൂന്നുവശവും അടച്ചുകെട്ടി മുന്നിൽ മാത്രം വാതിലും ജനലുമുള്ള ഒരു വീട്.

വാതിലിനു വെളിയിലിറങ്ങി നോക്കിയാൽ തൊട്ടുമുന്നിൽ തന്റെ വീടിനു സമാനമായ വീടുകൾ മാത്രമാണു കാഴ്ച.

തീപ്പെട്ടിക്കൂടുകൾ അടുക്കി വച്ച പോലെ വീടുകൾ.

അവൻ വീടിനകത്തേക്ക് കയറി.

ഫർണ്ണീച്ചറുകൾ എല്ലാമുണ്ട്.

അടുക്കളയിൽ അത്യാവശ്യത്തിനുള്ള പാത്രങ്ങളും ഗ്യാസും ഉണ്ട്. അച്ഛൻ എ.സി ഓൺ ചെയ്തു. ഡൽഹിയിലെ ചൂടിന് എ.സി ഇല്ലാതെ പറ്റില്ല.

കുറച്ചു സമയം കൊണ്ടു തന്നെ മുറിക്കുള്ളിൽ തണുപ്പായി. എ.സി കോച്ചിലെ യാത്രയായതിനാൽ യാത്രയുടെ ക്ഷീണം ആർക്കും ഉണ്ടായിരുന്നില്ല.

കുറച്ച് വിശ്രമിച്ച ശേഷം വൈകുന്നേരത്തോടെ രവി അപ്പുവിനേയും ആര്യയേയും കൂട്ടി പുറത്തേക്കിറങ്ങി.

"നമ്മൾ എവിടേക്കാ അച്ഛാ പോകുന്നത്?"

"ഒന്ന് ചുറ്റിനടന്ന് കണ്ടിട്ടു വരാം."

അവന് ഉത്സാഹമായി.

കാരണം ഡൽഹി കാണുക എന്നത് അവന്റെ വലിയ മോഹമായിരുന്നു.

അവർ പടിയിറങ്ങി താഴെയെത്തി.

പഹാഡ് വിഹാർ എന്നാണ് ആ സ്ഥലത്തിന്റെ പേര് എന്ന് അച്ഛൻ പറഞ്ഞു. അവർ മുന്നോട്ടു നടന്നു.

"ഈ ഗലികളിൽ ധാരാളം മലയാളികൾ ഉണ്ട്. ദാ ഈ നടക്കുന്ന വഴിയുടെ അറ്റത്ത് ഒരു മലയാളിയുടെ വീട് ഉണ്ട്."

രവി പറഞ്ഞു. അങ്ങനെ അപ്പു ആദ്യത്തെ ഹിന്ദി വാക്ക് പരിചയപ്പെട്ടു. 'ഗലി!'

'ഗലി' എന്നത് ഇടുങ്ങിയ വഴി, അല്ലെങ്കിൽ ഇടവഴി എന്നാണെന്ന് അവൻ മനസ്സിലാക്കി.

റോഡിന് ഇരുവശവും നിറയെ കെട്ടിടങ്ങൾ.

അവർ നടന്ന് ഒരു വലിയ റോഡിലേക്ക് പ്രവേശിച്ചു.

നിറയെ വാഹനങ്ങൾ തിങ്ങി നിറഞ്ഞ് ഓടുന്ന ഒരു റോഡ്. ആഡംബരവാഹനങ്ങൾ ചീറിപ്പായുന്ന റോഡിലൂടെ അവർ നടന്നു. പലതരത്തിലുള്ള വ്യാപാര സ്ഥാപനങ്ങൾ.

വസ്ത്രങ്ങൾക്കു മാത്രമായി നിരവധി കടകൾ.

വഴിയോര കച്ചവടക്കാർ അടക്കിവാഴുന്ന ചെറുഗലികൾ, അവൻ ഇന്നേ വരെ കണ്ടിട്ടില്ലാത്ത തരത്തിലുള്ള പഴവർഗ്ഗങ്ങൾ. 'സബ്ജി...' എന്ന് പറഞ്ഞു കൊണ്ട് പച്ചക്കറി ഉന്തുവണ്ടികൾ.

നാട്ടിലെ ചെറിയപട്ടണം വല്ലപ്പോഴും മാത്രം കണ്ടിട്ടുള്ള അപ്പുവിന് ഇത് ഒരു അതിശയമായിരുന്നു.

ഇത്രയും വലിയ ഒരു നഗരത്തിന്റെ തിരക്കിൽ പെടുന്നത് ആര്യയുടേയും ജീവിതത്തിലെ ആദ്യ അനുഭവം ആയിരുന്നു.

ഇടംവലം നിൽക്കുന്ന അച്ഛനമ്മമാർ ഒഴിച്ച് ആരും പരിചിതരായിട്ടില്ല എന്ന യാഥാർത്ഥ്യവും ഈ കാഴ്ചകൾക്കിടയിൽ അവൻ തിരിച്ചറിഞ്ഞു.

അച്ഛമ്മയെ അവൻ ഓർത്തു.

ഒരു ചെറിയ തിരക്കുകണ്ടാലും കൈപിടിച്ച് ചേർത്തുനടത്തുന്ന അച്ഛമ്മയെ ഓർത്തുകൊണ്ട് അവൻ മുന്നോട്ടുനടന്നു.

"അച്ഛാ ഇവിടെ നിന്നാണോ നമ്മുടെ വീട്ടിൽ തേങ്ങയിടാൻ ഹിന്ദിക്കാരൻ വന്നത്?"

ഡൽഹിക്കാർ സംസാരിക്കുന്ന ഭാഷ ഹിന്ദിയാണെന്ന് അവൻ മനസ്സിലാക്കി.

"അല്ല മോനേ, വേറേ സ്ഥലത്തുള്ളവരാണ്."

"അപ്പോൾ അവിടെയും ഹിന്ദിയുണ്ടോ?"

"ഉണ്ട്, ഹിന്ദി നമ്മുടെ രാഷ്ട്രഭാഷയാണ്. നമ്മുടെ രാജ്യത്തെ ഒട്ടുമിക്ക സംസ്ഥാനങ്ങളിലും ഹിന്ദിയാണ് സംസാരിക്കുന്നത്."

അത് അവനൊരു പുതിയ അറിവായിരുന്നു.

"ചേട്ടാ എനിക്കും മോനും ഹിന്ദിയറിയില്ലല്ലോ."

"കുഴപ്പമില്ല നിങ്ങൾ ഒരു മാസം കൊണ്ട് ഹിന്ദി സംസാരിക്കാൻ പഠിക്കും."

"പാർലമെന്റ് മന്ദിരവും കുത്തബ്ബ്മിനാറും എവിടെയാണച്ഛാ?"

പാർലമെന്റ് മന്ദിരവും കുത്തബ്ബ്മിനാറും റെഡ് ഫോർട്ടും ഒക്കെ ഡൽഹിയിലാണ്. അതു കണ്ടിട്ടുവന്ന് കൂട്ടുകാരോട് അതിനെക്കുറിച്ച് പറഞ്ഞു കൊടുക്കണമെന്ന് ബിന്ദു ടീച്ചർ അപ്പുവിനോട് പറഞ്ഞിട്ടുണ്ടായിരുന്നു.

അത് ഇവിടെയല്ല എന്നും, അതിനായി കുറേ ദൂരം പോകാനുണ്ടെന്നും അച്ഛൻ പറഞ്ഞ് അവൻ മനസ്സിലാക്കി. നടന്നുനടന്ന് വിശാലമായ ഒരു പാർക്കിലേക്കാണ് അവർ ചെന്നെത്തിയത്.

ഇത്ര വലിയ ഒരു പാർക്ക് അവൻ കണ്ടിട്ടില്ല.

അകത്ത് കയറിയ അവർ പാർക്കിലൂടെ നടന്നു.

വിവിധതരത്തിലുള്ള പൂച്ചെടികൾ. പലതും അവൻ ഇന്നുവരെ കണ്ടിട്ടില്ലാത്ത തരത്തിലുള്ളതായിരുന്നു. വിശാലമായ പുൽത്തകിടികൾ.

പുൽത്തകിടികളുടെ വശങ്ങളിൽ നടപ്പാതകൾ. അവിടുത്തെ നയനാനന്ദകമായ കാഴ്ചകൾ അവനെ സന്തോഷിപ്പിച്ചു.

അവർ മൂവരും ഒരു പുൽത്തകിടിയിൽ വിശ്രമിക്കാനായി ഇരുന്നു. കുറച്ച് ഐസ്ക്രിം കച്ചവടക്കാരും ബലൂൺ കച്ചവടക്കാരും ആ പാർക്കിൽ ഇടം പിടിച്ചിട്ടുണ്ട്. അച്ഛൻ അപ്പുവിന് ഐസ്ക്രീം വാങ്ങിക്കൊടുത്തു. അത് അവന് നന്നേ ഇഷ്ടപ്പെട്ടു.

പുൽത്തകിടിയിലെ വിശ്രമത്തിനിടയിൽ അവൻ അച്ഛമ്മയെ

ഓർത്തു. അച്ചരമ്മ കൂടെ ഉണ്ടായിരുന്നെങ്കിൽ എന്നവൻ ആഗ്രഹിച്ചു.

"അച്ഛാ അച്ചരമ്മയെ ഇങ്ങോട്ട് കൊണ്ടു വരണ്ടേ?"

"വരട്ടെ നോക്കാം."

എന്ന മറുപടിയിൽ രവി അതു പറഞ്ഞു നിർത്തി.

"അപ്പൂ നീ ഇനി കാര്യങ്ങൾ തിരിച്ചറിയണം, ഇനി മുതൽ ഇവിടെയാണ് നമ്മുടെ ജീവിതം. അപ്പൂന് ഇവിടെ നല്ലൊരു സ്കൂളിൽ അഡ്മിഷനും ശരിയായിട്ടുണ്ട്. അമ്മയ്ക്കും ഒരു നല്ല ജോലി ഇവിടെ കിട്ടുകയും ചെയ്യും. അതു കഴിഞ്ഞാൽ അപ്പു സ്വന്തമായി കാര്യങ്ങൾ നോക്കുന്ന വലിയ കുട്ടിയായി മാറണം."

"അപ്പോൾ ഇനി നമ്മൾ നാട്ടിൽ പോകില്ലേ അച്ഛാ?"

"പോകും, വർഷത്തിൽ ഒരിക്കൽ പോയി അച്ചരമ്മയെ കണ്ടിട്ട് തിരിച്ച് പോരാം."

പഴയപോലെ ഇനി അച്ചരമ്മയെ കാണാനും, കഥ കേൾക്കാനും, ഒപ്പം നടക്കാനും, താരാട്ടുപാട്ടു കേട്ടുറങ്ങാനും പറ്റില്ല എന്നുമുള്ള യഥാർത്ഥ്യം അപ്പുവിന് മനസ്സിലായി.

കുറച്ചു നേരത്തെ നിശബ്ദതയ്ക്കു വിരാമമിട്ടു കൊണ്ട് അപ്പു വീണ്ടും ചോദിച്ചു,

"അച്ഛാ അച്ചരമ്മയ്ക്കു വയസ്സായില്ലേ, വയ്യാതെ വന്നാൽ എന്തു ചെയ്യും?"

"അതപ്പോൾ ആലോചിക്കാം അപ്പൂ.... അതു പോരെ?"

അപ്പുവിന്റെ കൈപിടിച്ച് ആൾക്കൂട്ടത്തിലൂടെ അവർ ഫ്ളാറ്റിനെ ലക്ഷ്യമാക്കി നടന്നു.

അധ്യായം ആറ്

അപ്പു ഡൽഹിക്കാരനായിട്ട് ഒരാഴ്ച കഴിഞ്ഞിരിക്കുന്നു.

കഴിഞ്ഞുപോയ ദിവസങ്ങളിൽ ഡൽഹിയിലെ കാഴ്ചകൾ അവനെ ഭ്രമിപ്പിച്ചു. ആ ഭ്രമത്തിനിടയിലും അവന്റെ കുഞ്ഞുമനസ്സ് അച്ചരമ്മയോടൊപ്പമായിരുന്നു. ഡൽഹിയിൽ എത്തിയതിന്റെ അടുത്ത ദിവസം മുതൽ അപ്പുവിന്റെ അച്ഛൻ ജോലിക്ക് പൊയിത്തുടങ്ങി. രാവിലെ അച്ഛൻ ജോലിക്ക് പോയിക്കഴിഞ്ഞാൽ പിന്നെ അപ്പുവും, അമ്മയും വീട്ടിൽ ഒറ്റയ്ക്കാണ്. ഭാഷ വശമില്ലാത്തതിനാൽ പുറത്തിറങ്ങി ഒരാളോട് സംസാരിക്കുന്നതിനും മറ്റുള്ളവരെ പരിചയപ്പെടാനും രണ്ടുപേർക്കും സാധിച്ചിരുന്നില്ല.

നാട്ടിൽ കൂട്ടുകാരൊത്ത് കളിച്ചു നടന്നിരുന്ന അപ്പു വീടിന്റെ നാല് ചുവരുകൾക്കുള്ളിൽ അകപ്പെട്ടു. നാട്ടിലെ കൂട്ടുകാരേയും, അച്ഛമ്മയേയും ഓർത്തു, വൈകുന്നേരം അമ്പലത്തിലേക്കു പോകുന്നതും, ഉണ്ണിയപ്പവും പാൽപ്പായസവും വഴിപാടു കഴിപ്പിക്കുന്നതും അതു കഴിക്കുന്നതും അവൻ ഓർത്തു.

ഇവിടെ ആകെയുള്ള രസം കാർട്ടൂൺ ചാനലുകളാണ്, അതും കണ്ടുകണ്ട് അപ്പുവിന് മടിപ്പായി. ഇടക്ക് നാട്ടിൽ നിന്നും അമ്മുമ്മയും അപ്പൂപ്പനും വിളിക്കും.

അവർ പക്ഷേ, നാട്ടിലേക്കു തിരിച്ചു ചെല്ലണ്ട എന്ന മട്ടിലാണ് സംസാരം.

ഡൽഹി വലിയ നഗരമാണ്, അവിടെ ജീവിച്ചാലേ വലിയ നിലയിലെത്തൂ എന്നൊക്കെ അമ്മുമ്മ പറയും.

അവനത് കൂടുതൽ കേൾക്കാൻ നിൽക്കാതെ ഫോൺ അമ്മയുടെ കൈയിൽ കൊടുക്കും.

അച്ഛമ്മയോട് അധികം സംസാരിക്കാൻ അമ്മയൊട്ടു സമ്മതിക്കുകയുമില്ല. അവനാകെ മടുപ്പ് ബാധിച്ചു.

ഉച്ചത്തിൽ ഒന്നു വഴക്കിടാൻ പോലും പറ്റില്ല, അവനൊന്ന് ബഹളം വെച്ചാൽ അമ്മ പറയും 'ഇത് ഡൽഹിയാണ്, ഒച്ചവെക്കാതെ' എന്ന്. അയൽക്കാർ നോക്കിയാൽ നാണക്കേട് എന്നു തോന്നി അവൻ മിണ്ടാതെയായി.

അല്ല, അവനെന്തു മിണ്ടാൻ...?

ഒരാഴ്ച കൂടി കടന്നു പോയി.

അപ്പു ഇന്നു മുതൽ സ്കൂളിൽ പോകുകയാണ്.

ഒരു സി.ബി.എസ്സ്.സി സ്കൂളിലാണ് അവന് അഡ്മിഷൻ ലഭിച്ചിട്ടുള്ളത്. അഡ്മിഷൻ സമയത്തു കിട്ടിയ പുസ്തകവും ബുക്കും ബാഗും എല്ലാമായി ഒരു സ്കൂൾ യാത്ര.

ആദ്യ ദിവസം അച്ഛനും അമ്മയും ആഘോഷമായി അവനെ സ്കൂളിൽ എത്തിച്ചു. നാട്ടിൽ അപ്പു പഠിച്ചിരുന്ന സ്കൂളിൽ നിന്നും തികച്ചും വ്യത്യസ്തമാണ് പുതിയ സ്കൂൾ. ഹിന്ദിയാണ് പ്രധാനമായും, ഒപ്പം ഇംഗ്ലീഷും.

അവന്റെ ചുറ്റും ഇരിക്കുന്നവരെല്ലാം ഹിന്ദി മാത്രം സംസാരിക്കുന്നവരാണ്. മലയാളിയായ ഒരു കുട്ടി പോലും അപ്പുവിന്റെ ക്ലാസ്സിൽ ഇല്ല. അദ്ധ്യാപികമാരാണ് അവിടെ ഏറെ ഉണ്ടായിരുന്നത്, അവരെല്ലാവരും തന്നെ ചുരിദാർ വേഷധാരികളുമാണ്.

അപ്പുവിന്റെ ക്ലാസ്സ് ടീച്ചർ സംഗീതമിശ്ര ഒരു പ്രായമായ ടീച്ചറാ

ണ്. നരച്ച്, ചുവന്ന നീണ്ട കോലൻമുടി പിന്നിക്കെട്ടിവെച്ചാണ് ടീച്ചർ ക്ലാസിൽ വരിക. ടീച്ചറെ ഒറ്റനോട്ടത്തിൽ അവന് ഇഷ്ടമായി. പക്ഷേ, പറഞ്ഞിട്ടെന്താ, ടീച്ചർ അപ്പുവിനോട് സംസാരിച്ചതു മുഴുവൻ ഹിന്ദിയിലാണ്. ടീച്ചറുടെ ചിരി കണ്ടാൽ അച്ചമ്മയെപ്പോലുണ്ട്. പക്ഷേ, ഒന്നും മിണ്ടാൻ വയ്യ.

അപ്പു നിരാശനായി.

അവൻ ക്ലാസിൽ ഫസ്റ്റ് ആയിരുന്നുവെന്നും, ക്വിസ് മത്സരങ്ങളിലും ഓട്ടമത്സരത്തിനും സമ്മാനം കിട്ടിയിട്ടുണ്ടെന്നും പറയണമെന്നുണ്ടവന്.

പക്ഷേ, അത്രയും പറയാനുള്ള ഹിന്ദി കൈയിലില്ല. ഇംഗ്ലീഷും.

ആദ്യ ദിനത്തിൽ സ്കൂളിൽ നിന്ന് അവൻ മടങ്ങിയത് അസ്വസ്ഥതയോടെയാണ്. കൂട്ടുകാർ ആരുമില്ല.

തൊട്ടടുത്ത് ഇരിക്കുന്നത് തലയിൽ തൊപ്പി പോലെ മുടി കെട്ടിവെച്ച ഒരു ആൺ കുട്ടിയാണ്. അവന് തന്നെ തീരെ പിടിച്ചിട്ടില്ല എന്ന മട്ടിലാണ് പെരുമാറ്റം. അവൻ പഞ്ചാബിയാണെന്ന് അപ്പു മനസിലാക്കിയത് പിന്നീടാണ്. അപ്പു പലതും പഠിക്കുകയായിരുന്നു. അവനെ ആ പഞ്ചാബി പലവട്ടം 'മദ്രാസി' എന്നു വിളിച്ചത് എന്തിനാണെന്ന് അവനു പിടികിട്ടിയില്ല.

അപ്പു അത്യാവശ്യം ഇംഗ്ലീഷിൽ ടീച്ചർമാരോടു കാര്യങ്ങൾ പറഞ്ഞു. പക്ഷേ, അവിടെ വലിയ ഒരു പറമ്പിൽ ഒറ്റക്ക് നിൽക്കുന്ന വീടുണ്ടെന്നോ കുളമുണ്ടെന്നോ, അച്ചമ്മയുണ്ടെന്നോ പറയാൻ അവന് അറിയില്ലായിരുന്നു.

ഉച്ചക്ക് സ്ക്കൂൾ വിട്ടപ്പോൾ ടീച്ചർമാർ അമ്മയോട് അപ്പുവിനെ ഹിന്ദി പഠിപ്പിക്കണം എന്നു പറഞ്ഞു.

"ഇവനെ ഹിന്ദി പഠിപ്പിക്കാൻ ഒരു ട്യൂഷൻ ടീച്ചറെ ഏർപ്പാടാക്കണം രവിയേട്ടാ." വൈകിട്ട് അപ്പൂന്റെ അച്ചൻ വന്നപ്പോ തന്നെ അമ്മ ഓർമിപ്പിച്ചു.

"ഞാനും അതു തന്നെയാണ് ചിന്തിച്ചത്."

അച്ചൻ ഫോൺ ചെയ്ത് സംസാരിച്ച് ട്യൂഷന് ടീച്ചറെ ഏർപ്പാടാക്കി.

അങ്ങനെ ഡൽഹിയിലെ അപ്പുവിന്റെ ആദ്യ സ്കൂൾ ദിനം കടന്നു പോയി.

"അച്ചാ, എനിക്ക് അച്ചമ്മയെ വിളിക്കണം."

രവി ഫോൺ അപ്പുവിന് കൊടുത്തു. അവൻ അച്ചമ്മയെ വീഡിയോകോൾ ചെയ്തു. അച്ചമ്മയെ കണ്ടതോടെ അവനു

സങ്കടമായി. അതുവരെ അവൻ അടക്കി വച്ചിരുന്ന സങ്കടം കരച്ചിലായി മാറി. അവൻ ഫോണുമായി ബാൽക്കണിയിലേക്ക് പോയി അവിടെ നിന്ന് അവൻ അച്ചമ്മയോട് സംസാരിച്ചു.

"എന്തു പറ്റിമോനേ അപ്പൂ, എന്നിനാ നീ കരയുന്നത്?"

"അച്ചമ്മേ എനിക്ക് ഇവിടെ പഠിക്കണ്ടാ."

"അതെന്താ അപ്പു."

"നാട്ടിലെ സ്കൂൾ പോലെയല്ല ഇവിടെ ഹിന്ദിയാ സംസാരിക്കുന്നത്."

"മോന് ഹിന്ദിയും പഠിക്കാമല്ലോ."

"എനിക്ക് ഒന്നും പഠിക്കണ്ടാ, എനിക്ക് നാട്ടിൽ വരണം. നാട്ടിലെ സ്കൂളിൽ പഠിച്ചാൽ മതി."

"അപ്പു, മോനേ അച്ചമ്മ പറയുന്നത് കേൾക്ക്, മോൻ ശ്രമിച്ചാൽ ഹിന്ദിയും ഇംഗ്ലീഷുമൊക്കെ മിടുക്കനായി പഠിക്കാൻ പറ്റും."

അച്ചമ്മ അവനെ സമാധാനിപ്പിച്ചു.

അച്ചമ്മ പറഞ്ഞ വാക്കിൽ അവൻ സങ്കടം ഒതുക്കി വച്ച് അന്നത്തെ ദിവസം സമാധാനത്തോടെയുറങ്ങി.

"അപ്പു മോനേ എഴുന്നേൽക്ക്."

അമ്മ അവനെ വിളിച്ചുണർത്തി.

അവൻ നോക്കുമ്പോൾ നേരം വെളുത്തിട്ടില്ല.

"എന്തിനാ അമ്മേ ഇത്ര നേരത്തേ എഴുനേൽക്കുന്നത്?"

"അഞ്ചരയായി സമയം ഏഴു മണിക്ക് സ്കൂൾ ബസ്സ് വരും."

ഡൽഹിയിലെ അവന്റെ സ്കൂൾ സമയം രാവിലെ എട്ടു മുതൽ ഉച്ചയ്ക്ക് രണ്ടു മണി വരെയാണ്.

അഞ്ചു മണിക്ക് എഴുന്നേറ്റ് അമ്മ ആഹാരം ഉണ്ടാക്കിയാൽ മാത്രമേ ഏഴു മണിക്ക് മുൻപായി അപ്പുവിന് ആഹാരം കൊടുത്തു വിടാൻ പറ്റുകയുള്ളു. സ്കൂൾ ബസ്സിൽ അവനെ സ്വാഗതം ചെയ്തത് തന്നെ ദുർമുഖം പിടിച്ച ഒരു ആയയായിരുന്നു. മനസ്സില്ലാമനസ്സോടെ അവൻ അന്നും സ്കൂളിലെത്തി.

ക്ലാസ്സ് തുടങ്ങി.

കാര്യമായി ഒന്നും മനസ്സിലാകാതെ, ആരോടും മിണ്ടാനാകാതെ അപ്പു ആ ക്ലാസ്സിലിരുന്നു.

എല്ലാവരും ഹിന്ദി സംസാരിക്കുന്നു.

എനിക്ക് ഈ ഭാഷയറിയില്ല, ഒരിക്കലും ഹിന്ദി എനിക്ക് പഠിക്കാൻ കഴിയില്ല എന്നവൻ വിശ്വസിച്ചു. ആരും കൂട്ടില്ല. ആ ദിവസം

അവനോട് ആകെ മിണ്ടിയത് അതിദി താക്കൂർ എന്നൊരു പെൺകുട്ടി മാത്രമാണ്.

അവൾ മിണ്ടിയതിന് ആ സാവൻ സിങ് അവളെ കളിയാക്കുകയും ചെയ്തു. അതോടെയാണ് അപ്പുവിന് കൂടുതൽ സങ്കടമായത്.

യൂണിഫോം അഴിച്ചുവെച്ച് അമ്മയുടെ അടുത്തെത്തി അമ്മയെ കെട്ടിപ്പിടിച്ച് അവൻ കരഞ്ഞു.

"എന്തു പറ്റി അപ്പുവിന്?"

"അമ്മേ എനിക്ക് ഹിന്ദി പഠിക്കാൻ പറ്റുന്നില്ല, എല്ലാവരും ഹിന്ദിക്കാരായ കുട്ടികളാണ്, മലയാളിക്കുട്ടികൾ ആരുമില്ല."

"മോൻ ഇന്ന് ഹിന്ദിയുടെ ട്യൂഷന് പോകും. ഹിന്ദി ഇനി വേഗം പഠിക്കാൻ പറ്റും."

"വേണ്ടമ്മേ എനിക്ക് ഇവിടെ പഠിക്കണ്ടാ."

"അപ്പൂ നിന്റെ പ്രശ്നം ഹിന്ദിയല്ല, അച്ഛമ്മയാണ് എന്ന് എനിക്കറിയാം. നീ അത്ര മണ്ടൻ കുട്ടിയൊന്നുമല്ല. നിനക്ക് അത്യാവശ്യം ഹിന്ദിവാക്കുകളും അക്ഷരങ്ങളും അറിയാം. പിന്നെ, ഞാൻ ഒന്നുപറയാം, നിന്റെ കൂടി ഭാവി ഓർത്താണ് നമ്മൾ ഇവിടേക്കു വന്നത്. എൻട്രൻസിനും സിവിൽ സർവ്വീസിനും ഒക്കെ നല്ല കോച്ചിങ് ഇവിടെയാണ് കിട്ടുക. ഈ വാശി മാറ്റിവെച്ച് പഠിക്കാൻ നോക്കുന്നതാണ് നല്ലത്. കേട്ടോ. പിന്നെ, എല്ലാ ദിവസവും അച്ഛമ്മയോട് കരയാനും പറയാനും പറ്റില്ല. അച്ഛൻ ഇപ്പോൾ വരും, എന്നിട്ട് ഹിന്ദിക്ക് ട്യൂഷൻ ടീച്ചറുടെ അടുത്ത് വിടും."

വീട്ടിലെത്തിയ അച്ഛനോടും അപ്പു ഇതേ പരാതികൾ പറഞ്ഞു. അച്ഛൻ അവനെ സമാധാനിപ്പിച്ചു.

"അപ്പുവിന് വാശിയാ രവിയേട്ടാ."

"അങ്ങനെയൊന്നുമില്ല, അവൻ ചെറിയ കുട്ടിയല്ലേ, ആദ്യമായി ഹിന്ദി കേൾക്കുമ്പോൾ മനസ്സിലാക്കാൻ പറ്റില്ല."

"അവന് നാട്ടിലെ സ്കൂളിൽ പഠിച്ചാൽ മതിയെന്നാ പറയുന്നത്, രവിയേട്ടനറിയാമല്ലോ, ഇത്ര കാലം ഞാൻ എന്റെ കരിയറിനെക്കുറിച്ച് ചിന്തിച്ചിട്ടില്ല. ഇനി പറ്റില്ല."

"നീ സമാധാനിക്ക്."

രവിയും ആര്യയും അപ്പുവിനെ ട്യൂഷൻ ടീച്ചറുടെ വീട്ടിലെത്തിച്ചു. ടീച്ചർ ഒരു മലയാളിയാണ്. ഡൽഹിയിൽ സ്ഥിരതാമസക്കാരിയുമാണ്. ടീച്ചർ വർഷങ്ങളായി ട്യൂഷൻ പഠിപ്പിക്കുന്നു. ടീച്ചർ മലയാളിയാണെങ്കിലും സംസാരിക്കുന്നത് ഹിന്ദിയിൽ തന്നെയാണ്. ടീച്ചർ അവനെ ഹിന്ദി പഠിക്കാൻ തുടങ്ങി. ആദ്യദിനത്തിൽ തന്നെ

ഒന്നും മനസ്സിലാക്കാനാകാതെ, പഠിക്കാനാകാതെ വിഷമത്തോടെ അവനവിടെ ഇരുന്നു. ടീച്ചറും കുട്ടികളും അപ്പുവിനെ സഹതാപ ത്തോടെ നോക്കി. സത്യത്തിൽ മനസ്സിലാകുന്നില്ല എന്നതിനേക്കാൾ അച്ചമ്മയെക്കുറിച്ചുള്ള ചിന്തയായിരുന്നു അവന്റെ മനസ്സിൽ. അപ്പു ഒരു നിമിഷത്തേക്ക് അവന്റെ നാടും സ്കൂളും ബിന്ദു ടീച്ചറേ യും ഓർത്തു പോയി. അമ്മ അവനെ തിരികെ വിളിക്കാൻ വന്ന പ്പോൾ ടീച്ചർ അവനെക്കുറിച്ച് അത്ര നല്ല റിപ്പോർട്ട് അല്ല കൊടു ത്തത്.

ശ്രദ്ധയില്ല, താൽപര്യമില്ല, മറ്റാരോടും മിണ്ടാൻ കൂട്ടാക്കുന്നില്ല എന്നിങ്ങനെയുള്ള പരാതികൾ അവന്റെ മുന്നിൽവെച്ചു തന്നെ അമ്മയോടു ടീച്ചർ പറഞ്ഞു. അതോടെ അവന് ടീച്ചറെ തീരെ ഉൾ ക്കൊള്ളാനാവില്ല എന്നായി.

വീട്ടിലെത്തിയ അപ്പു, ചായ കുടിച്ച ശേഷം ടി.വി.ഓൺ ചെയ് തു.

"അവന്റെ ഒരു ടി.വി.കാണൽ ഓഫ് ചെയ്തിട്ട് പോയി പഠിക്ക്."

ദേഷ്യത്തോടെ അമ്മ ടി.വി ഓഫ് ചെയ്തു.

"നാട്ടിൽ ഓടിക്കളിച്ച പോലെ ഇവിടെ പറ്റില്ല, നിന്റെ നാട്ടിലെ കുറുമ്പ് ഇവിടെ നടക്കില്ല. നീ വാശി പിടിച്ചാൽ രക്ഷിക്കാൻ നിന്റെ അച്ചമ്മയും ഇവിടെയില്ല അത് നീ ഓർത്തോളു."

ഇന്നുവരെ ദേഷ്യപ്പെട്ട് ഒന്നും പറയാത്ത അമ്മയുടെ ദേഷ്യം കണ്ട് അപ്പുവിന് സങ്കടമായി. ഇന്നുവരെ അച്ചനും അമ്മയും പഠിക്ക് എന്ന് അവനോടു പറഞ്ഞിട്ടില്ല.

ഇപ്പോ താൻ ചീത്തക്കുട്ടി ആയോ? അപ്പുവിന് കരച്ചിൽ വന്നു.

രവി ജോലി കഴിഞ്ഞ് മടങ്ങിയെത്തി.

ഒരു കസേരയിൽ ഒന്നും മിണ്ടാതെ പുസ്തകത്തിലേക്ക് മാത്രം നോക്കിയിരിക്കുന്ന അപ്പുവിനെയാണ് രവി അവിടെ കണ്ടത്.

രവി അടുത്തെത്തി അവനെ തൊട്ടു നോക്കി.

അവന് നന്നായി പനിക്കുന്നുണ്ട്.

"ആര്യേ അപ്പുവിന് പനിക്കുന്നുണ്ടല്ലോ."

"അത്ര വലിയ പനിയൊന്നുമല്ല, ഞാൻ ഗുളിക കൊടുത്തിട്ടു ണ്ട്. നാളെ സ്കൂളിൽ പോകാതെ രക്ഷപെടാനുള്ള അടവാണിത്."

അമ്മയുടെ സംസാരം കേട്ട് അവന് സങ്കടം വന്നു.

രാത്രിയിൽ ആഹാരം കഴിച്ചെന്നു വരുത്തി അവൻ ഉറങ്ങാൻ കിടന്നു. അച്ചമ്മയുടേയോ, അച്ചന്റേയും അമ്മയുടേയും കൂട്ട് ഇല്ലാതെ ഒറ്റയ്ക്കാണ് ഉറക്കം.

സങ്കടത്തിനൊടുവിൽ അറിയാതെ അവൻ ഉറങ്ങി.

ഉറക്കത്തിനിടയിൽ സ്വപ്നത്തിൽ അച്ചമ്മ അവന്റെയടുത്ത് എത്തി.

അപ്പു ചാടി എഴുന്നേറ്റ് കട്ടിലിൽ ഇരുന്നു കരഞ്ഞു.

പിന്നെ അവൻ സ്വയം പറഞ്ഞു,

"ഞാൻ ഇവിടെ നിൽക്കില്ല, ഈ നാട് എനിക്ക് വേണ്ട, എനിക്ക് എന്റെ സ്വന്തം നാട് മതി എന്റെ അച്ചമ്മയുടെ അടുത്തേക്ക് ഞാൻ പോകും."

അധ്യായം ഏഴ്

അപ്പു രാവിലെ സ്കൂളിൽ പോകുവാൻ മനസ്സില്ലാമനസ്സോടെ തയ്യാറായി. അമ്മയും ധൃതിയിലാണ്. ആര്യയ്ക്ക് ഒരു ഇന്റർവ്യൂ ഉണ്ട്.

"മോനേ അപ്പൂ, അമ്മ ഇന്ന് ഇന്റർവ്യൂവിന് പോകുകയാണ്. ചിലപ്പോൾ വരാൻ താമസിക്കും, താക്കോൽ ചവിട്ടിയുടെ അടിയിൽ വച്ചേക്കാം. എടുത്ത് തുറന്ന് കയറി ആഹാരം തനിയേ എടുത്ത് കഴിക്കണം, അതിനു ശേഷം ഡ്രസ്സ് മാറ്റി ഹിന്ദി ട്യൂഷന് പോകണം."

ഏഴു മണിക്ക് അവനെ സ്കൂൾ ബസ്സിൽ കയറ്റും മുൻപ് താക്കോൽ വയ്ക്കുന്ന സ്ഥലം ചൂണ്ടിക്കാണിച്ചു കൊണ്ട് ആര്യ പറഞ്ഞു. അവൻ മടിയോടെ സ്കൂൾ ബസ്സിൽ കയറി.

"ആവോ ബച്ചാ..."

ആയ അവനെ ബസ്സിലേക്ക് സ്വാഗതം ചെയ്തു.

"ഇസ് കോ ഹിന്ദി നഹി മാലൂം."

കൂട്ടത്തിലുള്ള ഒരു വിരുതൻ വിളിച്ചു പറഞ്ഞു.

കുട്ടികൾ ആർത്തുചിരിച്ചപ്പോൾ തന്നെ കളിയാക്കിയതാണെന്ന് അപ്പുവിന് മനസ്സിലായി.

സ്കൂളിലെത്തി ക്ലാസ്സ് റൂമിലേക്ക് കയറുമ്പോഴും അവന്റെ തല താഴ്ന്നു തന്നെയിരുന്നു. ടീച്ചർ ക്ലാസ്സ് റൂമിൽ പ്രവേശിച്ചു എന്നതു തന്നെ കുട്ടികളുടെ ഉച്ചത്തിലുള്ള 'ഗുഡ് മോർണിംഗ് ടീച്ചർ' എന്നു പറയുന്ന ശബ്ദം കേട്ടതപ്പോഴാണ്.

അവനും എഴുന്നേറ്റ് ഗുഡ്മോർണിംഗ് പറഞ്ഞു.

ടീച്ചർ പഠിപ്പിച്ചു കൊണ്ടിരിക്കെ തൊട്ടടുത്തിരുന്ന, ബസ്സിൽ വെച്ച് കളിയാക്കുന്ന കുട്ടി ക്ലാസ്സിൽ വച്ചും കളിയാക്കാൻ തുടങ്ങി. കളിയാക്കൽ ശാരീരിക പീഡനമാകാൻ വൈകിയില്ല. പല സന്ദർഭ

ങ്ങളിലും ഇത്തരം പീഡനങ്ങൾ മൂലം നന്നായി ശരീരവേദനയും ശരീരത്തിൽ പാടുകളും ഉണ്ടായി.

ഹിന്ദി ഭാഷ വശമില്ലാത്തതിനാൽ ക്ലാസ്സ് ടീച്ചറിനോട് ഒന്നും തന്നെ പറയാനും സാധിക്കുന്നില്ല. എല്ലാം ഒരു കരച്ചിലിൽ മാത്രം ഒതുക്കി അപ്പു ക്ലാസ്സിലിരുന്നു.

അധ്യാപകരാരും തന്നെ അവനെ ശ്രദ്ധിച്ചിരുന്നുമില്ല.

സ്കൂൾ സമയം തീരാൻ കാത്തിരുന്ന അപ്പുവിന്റെ കാതിലേക്ക് സ്കൂളിന്റെ ലോംഗ് ബല്ലിന്റെ ശബ്ദം കേട്ടു.

ബാഗ് എടുത്ത് വരിയായി അവൻ പോകേണ്ട ബസ്സിന്റെ അടുത്തെത്തി. അപ്പോഴും കുട്ടികളുടെ കളിയാക്കൽ തുടർന്നു.

“എ ബന്ദർ ജൈസാ, രോത്താ ഹേ.” അപ്പു തിരിഞ്ഞു നോക്കിയില്ല. അപ്പോഴും അവന്റെ മനസ്സ് നാട്ടിലെ സ്ക്കൂളിലായിരുന്നു.

വീടിന്റെ മുന്നിലെ റോഡിൽ വാഹനമിറങ്ങി നടന്ന് വീട്ടിലെത്തി.

വീട് അടഞ്ഞുതന്നെ കിടക്കുന്നു. അമ്മ എത്തിയിട്ടില്ല.

താക്കോൽ എടുത്ത് കതകു തുറന്ന് അകത്തു കയറി.

ഡ്രസ്സ് മാറ്റി രാവിലെ തയ്യാറാക്കിയ ഭക്ഷണം കഴിച്ച് വെള്ളവും കുടിച്ച് അവൻ ട്യൂഷന് പോകാൻ തയ്യാറായി.

ഇതോടെ ഒരു യാഥാർത്ഥ്യം അവന് മനസ്സിലായി,

“ഇനി മുതൽ എന്നും ഇങ്ങനെ തന്നെയാണ്.”

അവൻ അച്ഛമ്മയെ ഓർത്തു.

നാട്ടിലെ സ്കൂളിൽ നിന്ന് വന്നാൽ സ്വീകരിക്കാൻ അച്ഛമ്മ, ആഹാരം തരാൻ അച്ഛമ്മ. ഇത്രയും സുഖത്തിൽ ജീവിച്ച അപ്പു ഇന്ന് ആരും കൂട്ടിനില്ലാതെ ഒറ്റക്ക്.

സങ്കടത്തോടെ അവൻ ട്യൂഷനു പോകുവാനിറങ്ങി.

ട്യൂഷൻ ടീച്ചർ തലേന്നു പഠിച്ച കാര്യങ്ങൾ ചോദിക്കും.

പക്ഷേ മനസ്സിലാക്കിയിട്ടില്ലാത്ത കാര്യത്തെ കുറിച്ച് എന്ത് മറുപടി പറയും അവൻ ആകെ പരിഭ്രമിച്ചു.

ട്യൂഷൻ ക്ലാസ്സിലും ചോദ്യങ്ങൾക്കു മുന്നിൽ ഉത്തരം നൽകുവാനാകാതെ അപമാനിതനായി തല കുനിച്ചവൻ നിന്നു.

“ടീച്ചറേ ഇവൻ എങ്ങനെയുണ്ട്?”

ആര്യ അപ്പുവിനെ വിളിക്കാനായി എത്തിയതായിരുന്നു.

“അപ്പുവിന് ക്ലാസ്സിൽ ഒരു ശ്രദ്ധയുമില്ല, ചോദ്യങ്ങൾക്ക് ഉത്തരം തരുന്നില്ല, മടിയനാണ്. എന്തു ചോദിച്ചാലും ഒന്നും മിണ്ടില്ല. വെറും വാശിയാണ്. കുറച്ചു ദിവസം കഴിയട്ടെ, എനിക്കറിയാം

മെരുക്കി എടുക്കാൻ.”

ആ അപമാനം കൂടി ആയപ്പോൾ അവൻ ആകെ സങ്കടത്തിലായി. “ഈ വർഷം ഇവനു പ്രൊമോഷൻ കൊടുക്കാതെ അഞ്ചിൽ ത്തന്നെ ഇരുത്താം. അടുത്ത വർഷമാകുമ്പോഴേക്കും കുറച്ചു ശരിയാകുമായിരിക്കും.”

ട്യൂഷൻ ടീച്ചറുടെ വാക്കുകൾ കൂടി കേട്ടതോടെ അവൻ ശരിക്കും ഞെട്ടി. കഴിഞ്ഞവർഷം വരെ സ്കൂളിലെ ബസ്റ്റ്സ്റ്റുഡന്റായിരുന്ന അവൻ ഈ വർഷം തോൽക്കുക! സഹിക്കുന്നതിലപ്പുറമായിരുന്നു ആ വാക്കുകൾ.

വീട്ടിൽ തിരിച്ചെത്തിയ അപ്പു ആരോടും സംസാരിച്ചില്ല. ഈ സമയത്ത് അച്ഛമ്മയുടെ ഫോൺ വന്നു. അമ്മ അടുത്തു നിന്നതു കാരണം അവൻ അച്ഛമ്മയോട് ഒന്നും പറഞ്ഞില്ല. അച്ഛമ്മ ചോദിച്ച ചോദ്യങ്ങൾക്ക് ഏതാനം വാക്കുകളിൽ ഉത്തരം പറഞ്ഞ് ഫോൺ വച്ച ശേഷം കിടക്കാനായി മുറിക്കുള്ളിലേക്ക് പോയി.

“എടാ അപ്പു, എവിടെയാ നീയ്?” അമ്മയാണ്.

കിടക്കയിൽ നിന്ന് അപ്പു ചാടി എഴുന്നേറ്റു.

“കിടക്കാൻ പറ്റില്ല, പഠിക്കണം.”

“എനിക്ക് ഇവിടെ പഠിക്കണ്ടാ എനിക്ക് നാട്ടിൽ പഠിച്ചാൽ മതി.” അപ്പു ഉറക്കെപ്പറഞ്ഞു.

അമ്മയും മകനും തമ്മിൽ വഴക്കായി.

ആര്യ അപ്പുവിനെ ആദ്യമായി അടിച്ചു.

കരഞ്ഞുകൊണ്ടവൻ പുസ്തകത്തിന്റെ മുന്നിലിരുന്നു.

രവി അപ്പോഴേക്കും ജോലി കഴിഞ്ഞ് വീട്ടിൽ എത്തി.

“എന്തു പറ്റി അമ്മയും മകനും തമ്മിൽ വഴക്കിട്ടോ, എന്തിനാ അപ്പു നീ കരയുന്നത്?”

ആര്യ നടന്നതെല്ലാം രവിയോട് പറഞ്ഞു.

“നീ ടെൻഷൻ ആവാതെ. എല്ലാം ശരിയാകും.”

“എന്ത് ശരിയാവാൻ, എന്റെ പഠനം വെറുതെയായി, അവനെങ്കിലും നന്നാവട്ടെ എന്നു കരുതിയതാ അതും ശരിയാവില്ല.”

“ആര്യേ നീ ആദ്യമായിട്ടല്ലേ ഇന്റർവ്യൂവിന് പോകുന്നത്. അതു കിട്ടിയില്ല, അടുത്തതിന് പോകാം. നിന്റെ യോഗ്യതക്ക് അനുസരിച്ചുള്ള ജോലി കിട്ടാതിരിക്കില്ല. നീ നിന്റെ ടെൻഷൻ മുഴുവൻ അവന്റെ മേൽ അങ്ങനെ തീർക്കാതിരിക്ക്.”

ദിവസങ്ങൾ കടന്നു പോയി. അപമാനങ്ങളും, ആക്ഷേപങ്ങളും, സഹിച്ച് അപ്പു ഒന്ന് തീരുമാനിച്ചു..

"ഇവർ കൊണ്ടു പോവില്ലെങ്കിൽ ഞാൻ ഒറ്റയ്ക്ക് എന്റെ നാട്ടിൽ പോകും."

ഇതിനോടകം ആര്യ നാല് ഇൻറർവ്യൂകൾ അറ്റന്റ് ചെയ്തു.

അമ്മ ഇന്റർവ്യുവിന് പോകുന്ന ദിവസം അപ്പുവിന് കെങ്കേമമാണ്. രാവിലെ വഴക്ക് ഉറപ്പാണ്. ഇന്റർവ്യൂ കടമ്പ കടക്കാത്ത ദേഷ്യം മുഴുവൻ ആര്യ അപ്പുവിന്റെ അടുത്ത് തീർക്കും.

ഇന്ന് ആര്യയുടെ അഞ്ചാമത് ഇന്റർവ്യൂവാണ്.

രാവിലത്തെ ശകാരം അവനെ ജാഗരുകനാക്കി.

"എന്റെ ദൈവമേ ഇതിനെങ്കിലും അമ്മ ജയിക്കണേ, ഈ ജോലിയെങ്കിലും കിട്ടണേ, എനിക്കിനി തല്ലുകൊള്ളാനും, വഴക്കു കേൾക്കാനും വയ്യേ..."

വൈകിട്ട് അവനെ ട്യൂഷൻ സെന്ററിൽ വിളിക്കാൻ അമ്മ എത്തി.

പേടിച്ച് പേടിച്ച് അവൻ അമ്മയുടെ മുഖത്ത് നോക്കി.

അമ്മയുടെ മുഖത്ത് സന്തോഷം.

അപ്പുവിന്റെ പ്രാർത്ഥന ദൈവം കേട്ടു. അമ്മക്ക് ജോലി കിട്ടി.

ഒരു തരത്തിൽ അത് ആശ്വാസമായെങ്കിലും മറ്റൊരു തരത്തിൽ ഒരു വലിയ അപകടമാണ് അപ്പുവിനെ തേടിയെത്തിയത്. അമ്മയുടെ ജോലി വളരെയകലെയാണ്.

മെട്രോയിൽ യാത്ര ചെയ്തു വേണം പോകാൻ.

രാവിലെ നേരത്തേ പോകണം, വൈകിട്ട് താമസിച്ചേവരാൻ പറ്റു. പാവം അപ്പു അങ്ങനെ സ്കൂൾ ബസ്സിൽ ഒറ്റക്ക് കയറി പോകണ്ട അവസ്ഥയിലായി.

ചില ദിവസം അച്ഛൻ ബസ് കയറ്റി വിടും. അത്രതന്നെ.

അമ്മ ജോലിക്കു പോയ ആദ്യ ദിവസം തന്നെ അവൻ ഒറ്റക്ക് നാട്ടിലേക്കു പോകാൻ തീരുമാനിച്ചു. ആരും അറിയാതെയാണ് പോകുന്നത്. അപ്പോൾ കുറേക്കാര്യങ്ങൾ അറിയണം. ടിക്കറ്റിന് കാശു വേണം.

വീട്ടിൽ തിരിച്ചെത്തിയ അവൻ മേശ തുറന്നു നോക്കി.

അതിലിരുന്ന അമ്മയുടെ പഴയ ഒരു പേഴ്സിൽ നിന്നും അഞ്ഞൂറിന്റെ ഒരു നോട്ട് കണ്ടുപിടിച്ചു. അമ്മ മറന്നു വെച്ചതാണോ? പിന്നെ അവൻ അച്ഛന്റെ മുറിയിലിരിക്കുന്ന അലമാര തുറക്കാൻ നോക്കി. പക്ഷേ, താക്കോൽ ഇല്ല. കഴിഞ്ഞ ദിവസം താക്കോൽ മെത്തയുടെ അടിയിൽ നിന്ന് അച്ഛൻ എടുത്തത് അവൻ കണ്ടിരുന്നു. ആ താക്കോൽ എടുത്ത് അലമാര തുറന്നു.

അച്ഛന്റെ ഒരു വാലറ്റ് സൈഡിലെ പെട്ടിയിയിൽ എപ്പോഴും

കാണാറുണ്ട്. അതവിടെ ഉണ്ട്.

അവൻ അതു തുറന്നു.

കുറച്ചു നോട്ടുകൾ ഉണ്ട്.

അധികം എടുത്താൽ, അച്ഛൻ എന്തെങ്കിലും ആവശ്യത്തിനു വെച്ചതാണെങ്കിലോ? അതു വേണ്ട. ടിക്കറ്റ് എടുത്താൽ മതിയല്ലോ. അച്ഛമ്മയുടെ അടുത്തേക്കല്ലേ പോകേണ്ടത് അവിടെ എത്തിയാൽ പിന്നെ പൈസ വേണ്ടല്ലോ. അവനോർത്തു.

പിന്നെ അതിൽ നിന്നും രണ്ടു നോട്ടു മാത്രമെടുത്തു ബാക്കി പഴയതുപോലെ തന്നെ വെച്ചിട്ട് അലമാര പൂട്ടി താക്കോൽ കിടക്കയുടെ അടിയിൽ വച്ചു.

"ഈ മൂന്ന് നോട്ട് മതിയാകും, ടിക്കറ്റ് വേണം. അത്ര തന്നെ."

നീണ്ട യാത്രയാണെന്നോ ഭക്ഷണം വേണമെന്നാ ഒന്നും അവൻ ഓർത്തില്ല. അപ്പു എടുത്ത നോട്ടുകൾ ആരും കാണാതെ മാറ്റിവച്ചു. അന്നു രാത്രിയിൽ അവന് ഉറങ്ങാൻ സാധിച്ചില്ല, ഏറ്റവും സുപ്രധാനമായ തീരുമാനം അവനെടുത്തു, എന്റെ അച്ഛമ്മയുടെ അടുത്തേക്ക് ഞാൻ ഇതാ പോകുന്നു.

അധ്യായം എട്ട്

പിറ്റേന്ന് അപ്പു അതിരാവിലെ തന്നെ ഉറക്കമുണർന്നു. അമ്മയുടെ ജോലിത്തിരക്കിനിടയിൽ ശകാരവർഷങ്ങൾ പതിവുപോലെ കേട്ടു തുടങ്ങി. എന്നാൽ ഇതൊന്നും തന്നെയല്ല പറയുന്നത് എന്ന മട്ടിൽ അപ്പു തന്റെ ജോലികൾ തുടർന്നു. ഡൽഹിയിലെത്തിയ ശേഷം ആരുടേയും സഹായം അവന്റെ വ്യക്തിതിപരമായ കാര്യങ്ങൾക്ക് കിട്ടിയിരുന്നില്ല. പ്രഭാതകൃത്യങ്ങൾക്കു ശേഷം അവൻ ആഹാരം കഴിച്ച് യൂണിഫോം ഇട്ട് ബാഗും തയ്യാറാക്കി വച്ചു. അമ്മ സ്വന്തം ബാഗ് എടുത്ത് മെട്രോ സ്റ്റേഷനിലേക്ക് ഇറങ്ങുമ്പോൾ ഒന്നു മാത്രം പറഞ്ഞു.

"ഇന്നലത്തെ പോലെ പറ്റില്ല, ഇന്ന് നീ ഹോംവർക്ക് എല്ലാം ഭംഗിയായി ചെയ്യണം, ഇല്ലെങ്കിൽ വൈകിട്ട് എന്റെ കയ്യിൽ നിന്ന് മേടിക്കും നീയ്..."

എന്നും ഇതു കേട്ട് വിഷമിച്ച് സ്കൂളിൽ പോകുന്ന അപ്പുവിന് ഇന്ന് ചിരിയാണ് വന്നത്.

പിന്നേ, ഇന്ന് എന്നെ തല്ലിയതു തന്നെ. എന്ന് മനസ്സിൽ പറഞ്ഞു കൊണ്ട് അവൻ മുറിക്കുള്ളിലേക്ക് പോയി.

ബാഗിൽ പുസ്തകവും ഭക്ഷണവും നേരത്തേ അവൻ എടുത്തു

വെച്ചിരുന്നതാണ്. അച്ഛന്റെ കുളി കഴിഞ്ഞു വരും മുൻപു അല്പം പണി ബാക്കിയുണ്ട്. അവൻ വേഗം ബാഗിലെ പുസ്തകം പാതിയും പുറത്തെടുത്തു വെച്ചു. എന്നിട്ട് രണ്ട് ജോഡി ഉടുപ്പും, കരുതിവച്ചിരുന്ന രൂപയും ബാഗിൽ വെച്ചു സിബ്ബ് അടച്ചു.

അച്ഛനും തയ്യാറായിക്കഴിഞ്ഞു.

അച്ഛനും അപ്പുവും പുറത്തിറങ്ങി കതക് പൂട്ടിയ ശേഷം അമ്മ പറഞ്ഞ സ്ഥലത്തു തന്നെ അപ്പു താക്കോൽ വച്ചു.

സ്കൂൾബസ്സ് എത്തി. അച്ഛൻ അവനെ കയറ്റിയ ശേഷം ടാറ്റാ പറഞ്ഞു കാറിന്റെ അടുത്തേക്കു നടന്നു. അപ്പു ബസ്സിന്റെ ജനാലക്കരികിലിരുന്നു. അവന്റെ ശ്രദ്ധ മുഴുവൻ വീട്ടിൽ നിന്നും സ്കൂളിലേക്ക് പോകുന്ന വഴിയിൽ അവൻ എന്നും കാണുന്നതും, നാട്ടിൽ നിന്നും വന്നിറങ്ങിയതുമായ റെയിൽവേ സ്റ്റേഷനിലേക്കായിരുന്നു. കളിയാക്കി ചിരിക്കുന്ന കൂട്ടുകാരെ ഇന്ന് അപ്പു സഹതാപത്തോടെ നോക്കി.

സ്കൂളിന്റെ പ്രധാന കവാടം കടന്ന് സ്കൂൾ ബസ്സ് അകത്ത് ബസ്സ് ട്രാക്കിൽ വാഹനം പാർക്ക് ചെയതു. വിദ്യാർത്ഥികൾ വരിവരിയായി ഇറങ്ങി സ്കൂളിനകത്തേക്ക് നടന്നു.

രാവിലെ സ്കൂളിൽ ആകെ ബഹളമാണ്.

കുട്ടികളെ കൊണ്ടുവിടുന്ന രക്ഷിതാക്കൾ, പ്രൈവറ്റ് വാഹനങ്ങൾ, എന്നുവേണ്ടാ ആകെ തിരക്ക്. ഗേറ്റ് കീപ്പർ ആയ സെക്യൂരിറ്റി ചേട്ടൻ ഇതെല്ലാം നിയന്ത്രിക്കാൻ പാടുപെട്ട് ഓടുകയാണ്.

ഇതിനിടയിൽ സെക്യൂരിറ്റി ചേട്ടന്റെ കണ്ണുവെട്ടിച്ച് അപ്പു ഗേറ്റിന് പുറത്തിറങ്ങി. ചില കുട്ടികൾ നടന്നു വരുന്നവരാണ്. ചില കുട്ടികൾ തൊട്ടു മുന്നിലെ കടകളിൽ നിന്നും ബുക്കും പേനയും മിഠായിയും ഒക്കെ വാങ്ങുന്നുമുണ്ട്. അതു നന്നായി.

പെട്ടെന്ന് ആരെങ്കിലും ചോദിച്ചാലും പേന വാങ്ങാനാണെന്നു പറയാം. അപ്പു ഓർത്തു.

പുറത്തിറങ്ങിയ അവൻ വേഗത്തിൽ നടന്ന് ഒരു ഗലിയിലേക്ക് പ്രവേശിച്ചു. രാവിലെയായതിനാൽ കടകൾ തുറന്നു വരുന്നതേയുള്ളു. ഗലിയിലെ ഒരു കെട്ടിടത്തിന്റെ മറവിലേക്ക് അവൻ കയറി നിന്നു. അവിടെ വച്ച് അവൻ യൂണിഫോം അഴിച്ച് ബാഗിൽ വച്ചു. ബാഗിൽ കരുതിയിരുന്ന ഡ്രസ്സ് ധരിച്ച് ഗലിയിലൂടെ നടന്ന് മെയിൻ റോഡിലെത്തി. പുസ്തകം ഒരു കെട്ടിടത്തിന്റെ ആരും ശ്രദ്ധിക്കാത്ത ഭാഗത്തേക്ക് ഇട്ട ശേഷം റെയിൽവേ സ്റ്റേഷൻ ലക്ഷ്യമാക്കി ഓടി. സ്ഥിരം സ്കൂളിലേക്ക് വരുന്ന വഴിയായതി

നാൽ വഴി തെറ്റാതെ അവൻ കിതച്ചു കൊണ്ട് റെയിൽവേസ്റ്റേഷന്റെ മുന്നിലെത്തി.

എന്തൊരു തിരക്ക്!

അച്ഛൻ പറഞ്ഞ ഓർമ്മയിൽ ടിക്കറ്റ് കൗണ്ടറിൽ എത്തി ടിക്കറ്റ് ചോദിച്ചു.

"കേരൾ ജാനാ.... ടിക്കറ്റ് ചാഹിയേ."

അവന്റെ ഒരു മാസം മാത്രം പ്രായമുള്ള ഹിന്ദി വാക്കുകൾ കേട്ട റിക്കറ്റ് സെല്ലർ ഒന്ന് എത്തിവലിഞ്ഞ് അവനെ നോക്കി.

"നഹി, നഹി ഇഥർ തും കോ ടിക്കറ്റ് നഹി. ജാ... ജാ..."

ഒറ്റക്ക് ഇത്രയും ദൂരത്തേക്കുള്ള ടിക്കറ്റ് ചോദിച്ച കുട്ടിയെ അവർ തിരക്കിനിടയിൽ ടിക്കറ്റ് കൊടുക്കാതെ പറഞ്ഞയച്ചു.

നിരാശനായ അപ്പു നാട്ടിലേക്ക് പോകാൻ പറ്റാതെ വരുമോ എന്നു കരുതി വിഷമിച്ചു. എങ്ങനെയെങ്കിലും ടിക്കറ്റ് എടുക്കണം, എന്റെ നാട്ടിൽ പോകണം എന്ന ദൃഢനിശ്ചയം അവനെ വീണ്ടും ക്യൂ നിൽക്കാൻ പ്രേരിപ്പിച്ചു.

ഇത്രയും തിരക്കുള്ള റയിൽവ്വേ സ്റ്റേഷനിൽ ടിക്കറ്റിനായുള്ള നീണ്ട നിരയുടെ പിറകിൽ വീണ്ടും അവൻ സ്ഥാനം പിടിച്ചു.

"ബോഹാ തുംകോ കഹാം ജാനാ ഹെ?"

അടുത്തു നിന്ന ആളിന്റെ ചോദ്യത്തിന് അവൻ മറുപടി ചിരിയിലൊതുക്കി. ഈ സമയത്ത് റെയിൽവ്വേയുടെ അനൗൺസ്മെന്റ് ഉയർന്നു കേട്ടു.

"ന്യൂഡൽഹി സെ തിരുവനന്തപുരം തക് ജാനേ വാലി ട്രെയിൻ നിസ്സാമുദ്ദീൻ സ്റ്റേഷൻ പ്ലാറ്റ്ഫോം നമ്പർ തീൻ പർ ഖഡി ഹേ."

അതുകേട്ട മാത്രയിൽ തന്നെ അപ്പു അവിടെ നിന്നും മൂന്നാം നമ്പർ പ്ലാറ്റ്ഫോം ലക്ഷ്യമാക്കി ഓടി. ഓവർ ബ്രിഡ്ജ് കയറി ഇറങ്ങി താഴെ വന്നപ്പോഴേക്കും ട്രെയിൻ അനങ്ങിത്തുടങ്ങിയിരുന്നു.

തിക്കിത്തിരക്കി ആൾക്കാർ നെട്ടോടമോടുന്നു. അവർ ട്രെയിനിനുള്ളിലേക്ക് തിരക്കുകൂട്ടി കയറുന്നു. പലരും ഓടിക്കയറിയ കൂട്ടത്തിൽ ഒരാൾ അവനെ സഹായിച്ചു. അയാൾ അവനെ ട്രെയിനിനുള്ളിൽ വലിച്ചുകയറ്റി.

തിക്കും തിരക്കുള്ള ആ ട്രെയിനിൽ അങ്ങനെ അവൻ കയറിപറ്റി. ട്രെയിൻ നാലാമത്തെ പ്ലാറ്റ്ഫോമിൽ നിന്നും വേഗത കൂട്ടി മുന്നോട്ടു പോകുമ്പോൾ കേരളത്തിലേക്ക് പോകേണ്ട തീവണ്ടി മൂന്നാമത്തെ പ്ലാറ്റ്ഫോമിലേക്ക് മെല്ലെ വന്നുനിന്നു.

അധ്യായം ഒമ്പത്

അപ്പു തന്റെ നേരെ നീട്ടിയ ആ കൈ പിടിച്ച് കയറിയത് ജനറൽ കംപാർട്ട്മെന്റിലേക്കായിരുന്നു. സൂചി കുത്താനിടമില്ലാത്ത, ഒന്നു നേരേ ശ്വാസം വിടാൻ സാധിക്കാത്തത്ര തിരക്കായിരുന്നു അതിൽ. അപ്പു അവന്റെ നാട്ടിൽ നിന്നും ഡൽഹിയിലേക്കുള്ള യാത്രയെക്കുറിച്ചു ചിന്തിച്ചു. രാജധാനി എക്സ്പ്രസ്സിൽ ഒരു കൂപ്പയിൽ വിരലിലെണ്ണാവുന്ന ആൾക്കാരു മാത്രമായി ഒരു യാത്ര. ഇപ്പോൾ നൂറു കണക്കിന് ആൾക്കാരുടെ നടുവിൽ ഞെങ്ങിഞെരുങ്ങി മറ്റൊരു യാത്ര. ഏതായാലും ഒരു ആശ്വാസമായിരുന്നു അവനിൽ ഉണ്ടായിരുന്നത്. ഡൽഹിയിൽ നിന്ന് രക്ഷപെട്ടല്ലോ...

പോകുന്നത് കേരളത്തിലേക്കാണല്ലോ...

സ്വന്തം നാട്ടിലേക്ക്, അച്ഛമ്മയുടെ അടുത്തേക്ക്...

സ്ഥലമില്ലാത്തതു കാരണം ബാത്ത്റൂമിന്റെ വശത്തായി വെച്ചിരുന്ന ഒരു മുഷിഞ്ഞ തുണിക്കെട്ടിന്റെ പുറത്താണ് അവനിരുന്നത്. ടിക്കറ്റ് എടുത്തില്ല എന്ന ചിന്ത അവനെ അലട്ടി.

ഏതായാലും ടി.ടി.ആർ വരുമല്ലോ അപ്പോൾ ടിക്കറ്റ് എടുക്കാം.

ബാഗിൽ രൂപ ഭദ്രമായി ഇരിപ്പുണ്ട്.

അവൻ ബാഗിന്റെ സിബ്ബ് തുറന്നു നോക്കി ഒന്നുകൂടി ഉറപ്പിച്ചു. ഇതെല്ലാം കണ്ട പലരും അപ്പുവിനെ ശ്രദ്ധിക്കുന്നുണ്ടായിരുന്നു. അപ്പു അല്പം വെളുത്തു തടിച്ചിട്ടാണ്. അവൻ വീട്ടുവിട്ട് ഇറങ്ങിയതാണ് എന്നു മനസ്സിലാക്കാൻ പ്രയാസമില്ല.

അവനെ വട്ടമിട്ടു നിന്നതിൽ ഒരാൾ അവന്റെയടുത്ത് വന്നിരുന്നു. അപ്പു ചുറ്റും ശ്രദ്ധിക്കാൻ തുടങ്ങി. മലയാളസംസാരം കേൾക്കുന്നില്ല. അടുത്തു നിൽക്കുന്നവർ സംസാരിക്കുന്നുണ്ട്.

അത് ഹിന്ദിയുമല്ല എന്നാൽ ഇടക്കിടെ ഹിന്ദിയിലും ചിലത് പറയുന്നുമുണ്ട്. അപ്പുവിന് പേടിയായി. ആരേയും പരിചയമില്ല. എടുത്തു ചാടിയത് അബദ്ധമായോ?

അവന്റെ കണ്ണു നിറഞ്ഞു.

പക്ഷേ, അവൻ പെട്ടെന്നു കുനിഞ്ഞിരുന്നു കണ്ണു തുടച്ചു.

മലയാളികളെല്ലാം വേറേ കംപാർട്ട്മെന്റിലായിരിക്കും.

ഇവിടിരുന്നു കരഞ്ഞാൽ ചിലപ്പോൾ ഇറക്കി വിടും.

പിന്നെ ആകെ പ്രശ്നമാകും. അവൻ ധീരനായി.

ഇനി നിർത്തുന്നിടത്ത് ഇറങ്ങി മലയാളികൾ ഉള്ള ഭാഗത്ത് കയറി അവരുടെ കൂടെ പോയിരിക്കാം. അവൻ ഉറപ്പിച്ചു. എന്നിട്ട്, ബാഗും കെട്ടി പിടിച്ച് തുണിക്കെട്ടിനു മുകളിലിരുന്നു.

വിശന്നു തുടങ്ങിയിരിക്കുന്നു.

സ്കൂളിൽ നിന്ന് ഇറങ്ങി ഓടിയിട്ട് നേരം കുറേ ആയിരിക്കുന്നു. അമ്മ കൊടുത്തു വിട്ട ഭക്ഷണത്തെക്കുറിച്ച് അവന് ഓർമ്മ വന്നു. ബാഗിൽ നിന്ന് അവൻ ഭക്ഷണം എടുത്തു കഴിച്ച് വെള്ളവും കുടിച്ചു. കൈ കഴുകാൻ എണീച്ചാൽ ആ ഇരിക്കുന്ന ഇടവും പോയാലോ? അവൻ കൈ ഷർട്ടിൽ തുടച്ചു. അതുകണ്ട് അടുത്തിരുന്ന ആൾ അവനെ ഒന്നുകൂടി നോക്കി.

രാത്രിയിൽ താമസിച്ചുറങ്ങി രാവിലെ നേരത്തേ എഴുന്നേറ്റ ക്ഷീണത്തിൽ ആ തിരക്കിനിടയിലും അപ്പു തുണിക്കെട്ടിനു മുകളിലിരുന്ന് ഉറങ്ങിപ്പോയി.

ട്രെയിൻ ഇതിനിടയിൽ പല സ്റ്റേഷനുകളിലും നിർത്തി ആളെ കയറ്റിയും ഇറക്കിയും അതിന്റെ യാത്ര തുടർന്നു.

അപ്പു ഉറക്കമുണർന്നു നോക്കിയപ്പോൾ രാത്രിയാണ്. ഉറങ്ങുമ്പോൾ അടുത്തിരുന്ന ആൾ അല്ല ഇപ്പോൾ അടുത്തിരിക്കുന്നത്. പെട്ടെന്ന് അവൻ ചുറ്റും നോക്കി. ബാഗ് കാണുന്നില്ല.

"അയ്യോ എന്റെ ബാഗ് കാണുന്നില്ലേ..."

അവൻ ഉറക്കെ നിലവിളിച്ചു. എന്നാൽ ആ ശബ്ദത്തേക്കാൾ ഉച്ചത്തിൽ ശബ്ദമുണ്ടാക്കിക്കൊണ്ട് ആ ട്രെയിൻ അങ്ങനെ കുതിച്ചു പാഞ്ഞു. ചുറ്റും നിലത്തിരുന്ന് ഉറങ്ങുന്ന ഒരാൾ പോലും ആ കരച്ചിൽ കേട്ട് കണ്ണു തുറന്ന് ഒന്നു നോക്കിയതുപോലുമില്ല.

കഴിക്കാൻ ആഹാരമില്ല, വെള്ളമില്ല, വസ്ത്രമില്ല, കൈയ്യിലുണ്ടായിരുന്ന പൈസയും ഇല്ല.

എങ്കിലും ഈ ട്രെയിൻ നാളെ കേരളത്തിലെത്തുമല്ലോ....

അച്ചമ്മയുടെ അടുത്ത് എത്താമല്ലോ അതായിരുന്നു അവന്റെ ഏക ആശ്വാസം. അവനാ തുണിക്കെട്ടിൽത്തന്നെ ചാഞ്ഞു കിടന്നു.

ഏതാണ്ട് നേരം വെളുത്തു.

അവന്റെ അരികിൽ മെലിഞ്ഞു നല്ല ഉയരമുള്ള ഒരാളാണ് ഇപ്പോഴുള്ളത്.

അയാൾ സാരിയാണ് ഉടുത്തിരിക്കുന്നത്.

എന്നാൽ കാണാൻ പുരുഷനെപ്പോലെയുണ്ട്.

അയാൾ അവനെ നോക്കിച്ചിരിച്ചു.

അവനോട് എന്തെക്കയോ ചോദിച്ചു.

ഹിന്ദിയല്ല അവൻ ഉറപ്പിച്ചു.

അവനു പേടിയായി.

അവന്റെ മുഖം ചുവന്നു.

കണ്ണുനീരുകൊണ്ടു തുടുത്ത കണ്ണുകൾ ഇപ്പോൾ പെയ്യുമെന്നു തോന്നിച്ചു.

പൊടുന്നനെ അടക്കി വെച്ച സങ്കടം അണപൊട്ടി ഒഴുകി.

അവൻ കരയാൻ തുടങ്ങി.

അടുത്തിരുന്ന ആ മനുഷ്യൻ അവനു നേരേ തന്റെ വെള്ളത്തിന്റെ കുപ്പി നീട്ടി. അവൻ ആശ്വാസത്തോടെ ആ വെള്ളം വാങ്ങിക്കുടിച്ചു. അയാൾ അപ്പുവിനോട് ചിരിച്ചു കൊണ്ട് എന്തോ സംസാരിച്ചു. സംസാരിച്ചത് മനസ്സിലായില്ലങ്കിലും ആ ചിരി അവന് ഒരു ആശ്വാസമായിരുന്നു.

ആ ആശ്വാസത്തിൽ അവൻ വീണ്ടും ഉറങ്ങിപ്പോയി.

ഉറക്കമുണർന്ന അപ്പു ചുറ്റും നോക്കി.

രാത്രി മുഴുവൻ ഇരുന്നുറങ്ങിയ തുണിക്കെട്ടിന്റെ മേലെയല്ല ഇപ്പോൾ കിടക്കുന്നത്. ആളൊഴിഞ്ഞ അഴിയടിച്ച ഒരു ബർത്തിലാണ്. ഇതെങ്ങനെ ഇവിടെത്തി? ഉറക്കത്തിൽ എടുത്തു കിടത്തിയതാകും എന്നോർത്തപ്പോൾ അവനു ജാള്യത തോന്നി. ഇന്നലെ അവന്റെ ഒപ്പം ഇരുന്ന, അവന് വെള്ളം കൊടുത്ത ആ മനുഷ്യൻ സീറ്റിൽ ഒതുങ്ങിയിരുന്ന് അപ്പുവിന് കിടക്കാൻ സ്ഥലം കൊടുത്തിരിക്കുകയാണ്. അപ്പു എഴുന്നേറ്റു.

അവൻ ജനാലയിലൂടെ പുറത്തേക്ക് നോക്കി.

പരിചിതമല്ലാത്ത സ്ഥലങ്ങൾ, കേരളമല്ല, കേരളത്തിലെത്തിയിട്ടില്ല എന്നവൻ ഉറപ്പിച്ചു. അച്ഛൻ പറഞ്ഞത് അവൻ ഓർത്തു ഗുജറാത്തും, മഹാരാഷ്ട്രയും, കർണ്ണാടകയും കഴിഞ്ഞ് വേണം കേരളത്തിലെത്താൻ, അവൻ ആശ്വസിച്ചു.

ഡൽഹിയിലേക്ക് വന്ന വഴിയിൽ ഇതുപോലെയുള്ള സ്ഥലങ്ങളിലൂടെ കടന്നുപോയതും അവൻ ഓർത്തു.

ട്രെയിനിൽ അവനെ സഹായിച്ച, ആ നല്ല മനുഷ്യനെ അവൻ നന്ദിയോടെ നോക്കി. അയാൾ അവന് ചായയും ഭക്ഷണവും വാങ്ങിക്കൊടുത്തു. നേരം ഉച്ചയോടടുത്തു.

ട്രെയിൻ വേഗത കുറഞ്ഞുകുറഞ്ഞ് അനേകം പ്ലാറ്റ്ഫോമുകളുള്ള ഒരു വലിയ സ്റ്റേഷനിൽ പ്രവേശിച്ചു.

ആ സ്റ്റേഷനിൽ ട്രെയിൻ നിർത്തി. അപ്പുവിനെ ആ മനുഷ്യൻ പുറത്തേക്ക് വിളിച്ചു. അവൻ ചുറ്റും നോക്കി മലയാളം ഒന്നും കാണാനില്ല, ഹിന്ദിയും കുറവ്, മറ്റെന്തോ ഭാഷയിലാണ് ബോർഡുകളെല്ലാം. അത് കേരളമല്ലെന്ന് അപ്പുവിന് മനസ്സിലായി.

ഇടയ്ക്കു കണ്ട ഇംഗ്ലീഷ് ബോർഡ് അവൻ വായിച്ചെടുത്തു.

ഹൗറ! അവനാദ്യം ഒന്നും പിടികിട്ടിയില്ല.

ഹൗറ എന്ന വാക്ക് കേട്ടിട്ടുണ്ട്.

അതു പക്ഷേ, ഏതു സ്റ്റേറ്റിലാണ്?

അച്ഛൻ പറഞ്ഞു തന്നിട്ടുള്ളതാണ്. ഹൗറ...

അവൻ ചിന്തിക്കുന്നതിനിടയിൽ ഒരു ബോർഡിൽ കോൽക്കത്ത എന്നു വായിച്ചു.

ബംഗാൾ! കേരളത്തിലേക്കു തിരിച്ചിട്ട് എത്തിയത് ബംഗാളിൽ!

അപ്പുവിന് പേടിയായി അവൻ കരയാൻ തുടങ്ങി.

ചിരിച്ച മുഖത്തോടെയുള്ള അപരിചിതൻ അതു ശ്രദ്ധിക്കാതെ അവന്റെ കൈ മുറുക്കെ പിടിച്ച് പുറത്തെ തിരക്കിനിടയിലേക്ക് നടന്നു കയറി. വൈകുന്നേരമായിരിക്കുന്നു.

ഒരു തട്ടുകടയിൽ നിന്ന് റൊട്ടിയും കറിയും വാങ്ങി നൽകിയ ആ അപരിചിതൻ അവനുമായി വീണ്ടും തെരുവിലേക്ക് നടന്നു. പോകുന്ന വഴിയിൽ അയാൾ അവനോട് പലതും പറയുന്നുണ്ട്. പക്ഷേ, ഭാഷ വശവല്ലാത്തതിനാൽ അവന് ഒന്നും മനസ്സിലാകുന്നില്ല. അപ്പു ആകെ പറയുന്നത് ഒന്നു മാത്രം അയാൾക്ക് മനസ്സിലായി അത് 'കേരളം' എന്നാണ്.

നടന്നുനടന്ന് അവർ ഒരു തിരക്കുള്ള ബസ്സിൽക്കകയറി.

തിക്കിത്തിരക്കിനിൽക്കുന്നതിനിടയിൽ അപ്പുവിനെ ഒരാൾ തന്റെ സീറ്റിനരികിൽ ഇരുത്തി.

ബസ്സ് യാത്ര തുടർന്നു, പല സ്ഥലങ്ങളും താണ്ടി ബസ്സ് ഒരു തിരക്കുള്ള സ്ഥലത്ത് നിർത്തി.

ആൾക്കാർ ഇറങ്ങുന്നു. അപരിചിതനായ ആ മനുഷ്യൻ അവിടെ ഇറങ്ങി. ബസ്സ് മുന്നോട്ടുപോയി.

അപ്പുവിനേയും അയാൾ ഒരു വിധം പുറത്തിറക്കി.

ഇത്രകാലവും അപ്പു ഇങ്ങനെ ഒരു പ്രദേശം കണ്ടിട്ടുണ്ടായിരുന്നില്ല. അയാളുടെ കൈ പിടിച്ച് അവൻ നടന്നു, ദിക്കും ദിശയുമറിയാതെ.

അധ്യായം പത്ത്

അപ്പു കൈപിടിച്ചു നടന്നെത്തിയത് അതുവരെ കാണാത്ത ഒരു ലോകത്തേക്കായിരുന്നു. ഷീറ്റുകൊണ്ട് മറച്ചതും, ഷീറ്റുമേഞ്ഞതുമായ ആയിരക്കണക്കിന് ഒറ്റമുറി വീടുകൾ ഇടുങ്ങിയ വഴികളുടെ ഇരു ഭാഗത്തുമായി കണ്ണെത്താദൂരത്തോളം കിടക്കുന്നു വലിയ ചേരിയിലേക്കാണ് അവൻ ചെന്നെത്തിയിരിക്കുന്നത്.

ഇതാണ് ബെൽഗാച്ചിയ കോളനി.

മുംബൈയിലെ ധരാവി പോലെ ആയിരങ്ങൾ ദിവസേന വന്ന ടിയുന്ന ബെൽഗാച്ചിയ!

വെള്ളത്തിനായി പൈപ്പുകൾക്കു മുന്നിൽ മനുഷ്യർ ക്യൂ നിൽക്കുന്നു. കുട്ടികൾ ചേറിലും ചെളിയിലും കളിച്ചു മദിക്കുന്നു.

പുരുഷന്മാർ പലരും പുകവലിച്ചും, ചുമച്ചും അവിടവിടെ കൂനിക്കൂടി ഇരിക്കുന്നു.

പെട്ടെന്നു പൊട്ടിപ്പുറപ്പെടുന്ന കലഹങ്ങൾ എന്തിനെന്നോ ഏതിനെനെന്നോ അറിയാതെ മറ്റുള്ളർ ഏറ്റെടുക്കുകയും പിന്നീട് ആറിത്തണുക്കുകയും ചെയ്യുന്നു. പലതരം തട്ടിപ്പുകളുടെ ആസൂത്രണ വേദിയാണ് ഇവിടം.

ഒരു പോലീസും കടന്നു ചെല്ലില്ല.

ഈ വിവരങ്ങൾ അപ്പുവിനറിയില്ല.

അവനിപ്പോൾ അറിയുന്ന ഏകകാര്യം, കേരളത്തിലേക്കു പുറപ്പെട്ട താനിപ്പോൾ ബംഗാളിലാണ് എന്നതു മാത്രമാണ്.

അപ്പുവിന്റെ കൈ പിടിച്ചു നടക്കുന്ന ആൾ നടത്തത്തിന്റെ വേഗത കൂട്ടി. അങ്ങനെ നടന്നു നടന്ന് ചേരിക്കുള്ളിലെ ഒരു ഒറ്റമുറി വീടിന്റെ വാതിനു മുന്നിൽ അവരെത്തി.

അയാൾ ബാഗിൽ നിന്ന് താക്കോലെടുത്ത് വാതിൽ തുറന്നു.

ഒറ്റമുറി വീട്!

രണ്ടു പേർക്ക് കഷ്ടിച്ചു കഴിയാം.

ഒരു കട്ടിൽ, ഒരു അലമാര, കുറച്ചു പാത്രങ്ങൾ, പിന്നെ ഒരു പെട്ടി പുറത്തു കുറേ തുണികൾ.

അകത്തേക്കു കയറിയതോടെ, അതിനകത്തു നിന്നുയർന്ന ദുർഗന്ധത്തിൽ അപ്പുവിന് ഛർദ്ദിക്കാൻ വന്നു.

അവൻ വാ പൊത്തി.

അയാൾ അവനോട് കട്ടിലിൽ ഇരിക്കാൻ പറഞ്ഞു.

കണ്ണെത്താ ദൂരം നീണ്ടു കിടക്കുന്ന ചേരിയിൽ നിന്ന് ഒരു തിരിച്ചു പോക്കില്ല എന്നവൻ ഉറപ്പിച്ചു.

അവന്റെ മനസ്സിൽ നിന്നും അച്ഛമ്മയും, അച്ഛനും അമ്മയും അപ്രത്യക്ഷമായിക്കഴിഞ്ഞിരുന്നു. അവന് കരയാൻ കഴിയുന്നില്ല, കരഞ്ഞിട്ട് പ്രയോജനമില്ല.

കാരണം ആ കരച്ചിൽ കേൾക്കാൻ ആരുമില്ല.

അവന് ആരോടും ഒന്നും പറയാൻ കഴിയുന്നില്ല.

അപ്പുവിന്റെ ഭാഷ അവർക്കും, അവരുടെ ഭാഷ അപ്പുവിനും

വശമില്ല.

വിഷമിച്ചിരിക്കുന്ന അപ്പുവിന്റെ അടുത്തെത്തിയ അയാൾ അവന്റെ തലയിൽ മെല്ലെ തലോടി. അതൊട്ടടുത്തിരുന്ന അയാളുടെ മടിയിലേക്ക് അവൻ തലവെച്ചു കിടന്നു.

അപ്പോൾ അപ്പു അച്ചമ്മയെ ഓർത്തുപോയി.

അവന്റെ കണ്ണിൽ നിന്നും കണ്ണീർ ധാരയായി ഒഴുകി.

അയാൾ അപ്പുവിനെ ചേർത്തുപിടിച്ചു.

യാത്ര കൊണ്ട് ക്ഷീണിതനായിരുന്നു അപ്പു.

മെല്ലെ അവൻ ഉറങ്ങിത്തുടങ്ങി.

അവനെ ആ കട്ടിലിൽ കിടത്തി അയാൾ പുറത്തേക്ക് പോയി. തിരികെ എത്തിയ അവർ അവനെ ഉണർത്തി ഒരു ബക്കറ്റ് വെള്ളം കൊടുത്തു ഒരു സോപ്പും. അവനു കാര്യം മനസ്സിലായി.

അവൻ ആ വീടിന്റെ മുന്നിൽ, വഴിയിൽ നിന്നു കുളിച്ചു.

ഏറെ സമയത്തെ ക്ഷീണത്തിനൊടുവിൽ ആ കുളി അവനൊരു ആശ്വാസമായിരുന്നു. കുളി കഴിഞ്ഞ് എത്തിയ അവന് അവർ ഭക്ഷണം നൽകി.

അവൻ ഇന്നുവരെ അത്തരത്തിലുള്ളൊരു ആഹാരം കഴിച്ചിട്ടില്ല. അതൊരു തരം പൂരിയും ഉരുളക്കിഴങ്ങ് കറിയുമായിരുന്നു.

പുറത്തു നിന്ന് വാങ്ങിയതാണ്.

നേരം സന്ധ്യയായി, ഒരു മഞ്ഞ ബൾബിന്റെ വെട്ടത്തിൽ അപ്പു ഇരുന്നു.

വീട്ടിൽ അച്ചൻ എത്തുന്ന സമയം, അവൻ ഹോം വർക്ക് ചെയ്യുന്ന നേരം, അച്ചമ്മ വിളിക്കുന്ന നേരം.... ഇപ്പോ, പറയുന്നത് എന്തെന്നു പോലും മനസ്സിലാകാത്ത കുറേ മനുഷ്യർക്കു നടുവിൽ....

ആ ഒറ്റമുറി വീടിന്റെ തറയിൽ അയാൾ അവനു കിടക്കാൻ രണ്ടു കട്ടിത്തുണി വിരിച്ചു കൊടുത്തു. കൊതുകു മൂളിപ്പറക്കുന്നു. അവൻ കൊതുകിനെ അടിച്ചുകൊന്ന് ഇരിക്കുന്നതു കണ്ട് അയാൾ പുറത്തേക്ക് ഇറങ്ങിപ്പോയി.

തിരിച്ചു വന്നപ്പോൾ ഒരു എരിയുന്ന കൊതുകുതിരിയുണ്ട് കൈയിൽ. അത് ഒരു വിധം കുത്തി നിർത്തി അയാൾ അവനെ നോക്കി. അവന്റെ മുഖത്ത് ഒരു ചിരി വിടർന്നു.

അയാളും അവനെ നോക്കിച്ചിരിച്ചു.

അവൻ അയാളെ ദാദ എന്നു വിളിച്ചുതുടങ്ങി.

അയാൾ അങ്ങനെ വിളിക്കാനാണ് അയാൾ പറഞ്ഞത്.

അയാൾ അവനെ മുന്ന എന്നു വിളിച്ചു.

അപ്പു അങ്ങനെ മുന്നയായി. അവൻ കിടന്ന മാത്രയിൽ ഉറങ്ങി. തൊട്ടടുത്തായി കട്ടിലിൽ അയാളും. അപ്പുവിന്റെ മനസ്സിൽ കോലാഹലങ്ങൾ ഒന്നുമില്ല. അച്ഛനും അമ്മയും അച്ഛമ്മയും ഉറക്കത്തിൽ അവന്റെ സ്വപ്നത്തിലേക്കു കടന്നുവന്നില്ല. കുഞ്ഞല്ലേ, അവൻ തളർന്നിരുന്നു.. പ്രഭാതത്തിൽ ഉണർന്ന അവന് പ്രാഥമിക സൗകര്യങ്ങൾക്കായി പൊതു ശുചിമുറി ഉപയോഗിക്കേണ്ടിവന്നു.

തിരികെ എത്തിയ അവന് ഒരു ചൂടു ചായ അയാൾ നീട്ടി.

പിന്നെ അയാൾ മറ്റൊരു സാരി എടുത്തുടുത്തു. വലിയൊരു തിരുപ്പൻ കൊണ്ടു മുടി നീട്ടിപ്പിന്നിയിട്ടു. പ്ലാസ്റ്റിക്പൂവുള്ള വലിയൊരു സ്ലൈയിഡു കുത്തി, രണ്ടു കൈകളിലും നിറയെ വളയിട്ടു, നെറ്റിയിൽ വലിയ പൊട്ടു തൊട്ടു, ചുണ്ടിൽ ചുവന്ന ചായം തേച്ചു. എന്നിട്ട് അയാൾ അവനെ നോക്കി ചിരിച്ചു.

അവനും ചിരിച്ചു.

അയാളുടെ താടിയുടേയും മീശയുടേയും കുറ്റി രോമങ്ങൾ പക്ഷേ, നന്നായി തെളിഞ്ഞു കാണുന്നുണ്ടായിരുന്നു.

അവിടെ നിന്ന് അപ്പു അയാളോടൊപ്പം പുറത്തേക്കിറങ്ങി. ഇറങ്ങുന്നതിനു മുൻപ് 'കാളിഘട്ട്' എന്നു പറഞ്ഞത് അവനു മനസ്സിലായി.

ഒരിക്കലും ചേർച്ചയില്ലാത്ത ഒരു പഴയ ഉടുപ്പും നിക്കറും ഇട്ട് അവൻ നടന്നു,

ആ യാത്ര അവസാനിച്ചത് പ്രസിദ്ധമായ കാളിഘട്ടിലായിരുന്നു.

വലിയ തിരക്കുള്ള ഒരു ക്ഷേത്രനഗരിയായിരുന്നു അവിടം.

ഗംഗയുടെ കരയിൽ എത്തിയപ്പോൾ അയാൾ പറഞ്ഞു ഗംഗാമയ്യാ.... അയാൾ കൈകൂപ്പിത്തൊഴുതു. അവനും.

ഗംഗ! വിശാലമായി പരന്നൊഴുകുന്ന ഗംഗ.

ഒരു കുഞ്ഞായ അവന് ഗംഗ ഒരു കടലായിത്തോന്നി.

ഒരു ദിവസം പതിനായിരങ്ങൾ വന്നു പോകുന്ന സ്ഥലം.

വിശ്വാസികളുമുണ്ട്, വിശ്വാസത്തെ കച്ചവടമാക്കിയവരുമുണ്ട്. ക്ഷേത്ര ദർശനത്തിനു ശേഷം വരുന്നവരോട് ഭിക്ഷയാചിക്കുന്നവർ ക്ഷേത്രപരിസരത്ത് തമ്പടിച്ചിട്ടുണ്ട്. അപ്പുവിനെപ്പോലെ നാടിന്റെ വിവിധ സ്ഥലങ്ങളിൽ നിന്ന് എത്തിക്കപ്പെട്ട അനേകം കുട്ടികൾ അവിടെയുണ്ടായിരുന്നു, അതിലൊരുവനായി അപ്പുവും ഭിക്ഷ യാചിക്കാൻ തുടങ്ങി.

അവന്റെ കുഞ്ഞിക്കൈകളിലേക്ക് വിശ്വാസത്തിന്റെ നാണയത്തുട്ടുകൾ വീണു തുടങ്ങി. അവന്റെ കൈകളിലെത്തിയ തുട്ടുകൾ

അവൻ അയാൾക്ക് കൈമാറി. ഭിക്ഷാടനത്തിനു ശേഷം വയർ നിറയെ ഭക്ഷണം വാങ്ങിക്കഴിച്ച്, ക്ഷേത്രപരിസരത്തെ മരത്തിന്റെ തണലിൽ ഉറങ്ങി.

അന്നു രണ്ടു പേർക്കും ധാരാളം കാശ്കിട്ടി.

വൈകുന്നേരത്തെ ഭിക്ഷാടനത്തിന്നു ശേഷം ചേരിയിലെ ഒറ്റമുറി വീട്ടിലെത്തി. ഒരാഴ്ച കടന്നുപോയി. അപ്പുവും അയാളും ഒന്നിച്ച് സന്തോഷത്തോടെ ജീവിക്കാൻ തുടങ്ങി. അച്ഛമ്മയുടെ ഓർമ്മ മാത്രം അവനെ വേദനിപ്പിച്ചു.

ഒരു രാത്രിയിൽ വലിയ ശബ്ദം കേട്ടാണ് അവൻ ഉണർന്നത് നിലാവിന്റെ വെളിച്ചത്തിൽ അവൻ മൂന്നു നാല് ആൾക്കാരെ കണ്ടു. അവർ തന്റെ യജമാനനായ അയാളെ പിടിച്ചുകൊണ്ടു പോകുന്നു. ഇതു കണ്ട് അലറി വിളിച്ച അപ്പുവിനെ അവർ കത്തികാട്ടി നിശബ്ദനാക്കി.

അപ്പു ഭയന്നു വിറച്ചു കട്ടിലിനടിയിയിലേക്കു പതുങ്ങിയിരുന്നു.

രാത്രി എപ്പോഴോ വാതിൽ വീണ്ടും തുറക്കുന്നത് അവൻ അറിഞ്ഞു. അയാളാണ്. പിന്നാലെ ആരുമില്ല. അയാളുടെ ദേഹത്ത് നിറയെ മുറിവുകൾ.

ഉടുത്തിരുന്ന സാരി ആകെ കീറിയിരിക്കുന്നു. അയാളെക്കണ്ടതും അവൻ കട്ടിലിനടിയിൽ നിന്നു പുറത്തു വന്നു.

അയാൾ അവനെ കെട്ടിപ്പിടിച്ചു കരഞ്ഞു.

അവനും അയാളെക്കെട്ടിപ്പിച്ച് വാവിട്ടു കരഞ്ഞു.

അധ്യായം പതിനൊന്ന്

നേരം പുലർന്നു. അപ്പുവും അയാളും തലേന്നു രാത്രി ഭയന്നു വിറച്ചു കിടന്നുറങ്ങിയത് വെറും നിലത്തായിരുന്നു. രാത്രിയിലെ വാതിൽ ചവിട്ടിപ്പൊളിക്കുന്ന ബഹളവും അപ്പുവിന്റെ ദാദയെ പിടിച്ചു കൊണ്ടു പോയതും, അയാൾ തിരിച്ചെത്തുംവരെ അവൻ ഭയന്നു വിറച്ച് കട്ടിലിനടിയിൽക്കഴിഞ്ഞതും പിന്നീടു രാത്രി എപ്പോഴോ മുഖമാകെ ചോര പുരണ്ട് അയാൾ തിരികെ വന്നതും അപ്പു സ്വപ്നത്തിലും ആവർത്തിച്ചു കണ്ടു.

അവനു പനിക്കാൻ തുടങ്ങി.

അവന്റെ ശരീരം തീ പോലെ പൊള്ളുന്ന ചൂടുകൊണ്ടാണ് അയാൾ ഉണർന്നത്.

ഉറക്കത്തിൽ അവൻ അവ്യക്തമായി അമ്മയെ വിളിച്ചു.

അയാൾ അവനെ കട്ടിലിൽ കയറ്റിക്കിടത്തി ഒരു കമ്പിളി കൊ

ണ്ടു മൂടി. അയാൾ അകത്ത് കലത്തിൽ സൂക്ഷിച്ച വെള്ളം കുറച്ചെ ടുത്ത് അയാളുടെ മുഖത്തെ മുറിവു കഴുകി. കട്ടിലിനടിയിലെ തക രപ്പെട്ടിയിൽ സൂക്ഷിച്ചു വെച്ച പിച്ചയെടുത്ത കാശ് എണ്ണി നോക്കി. അയാളതുമായി പുറത്തേക്കു പോയി.

തിരികെ വന്നത് മരുന്നും കുറച്ചു ഭക്ഷണവുമായാണ്.

അപ്പുവിനെ താങ്ങിയിരുത്തി അവനെ കുറച്ചു വെള്ളം കുടിപ്പി ച്ചു. പിന്നെ അല്പം ഭക്ഷണം വാരിക്കൊടുത്തു.

ആ ചേരിയിലെ ക്ലിനിക്കിലെ കമ്പൗണ്ടർ നൽകിയ മരുന്നു കൊ ടുത്തു. അപ്പു ആ കിടപ്പ് പിറ്റേന്ന് ഉച്ചവരെ തുടർന്നു.

അതുവരെ അയാൾ അവനു കാവലിരുന്നു.

അവന് നടക്കാനാകുന്നതുവരെ അയാൾ മറ്റെങ്ങും പോയില്ല. ദിവസങ്ങൾ കൊണ്ട് അപ്പു കുറേശ്ശെ ബംഗാളി പറഞ്ഞു തുടങ്ങി യിരുന്നു. അവൻ ചോദിച്ചു,

“ദാദായെ അവർ ഒരുപാട് ഉപദ്രവിച്ചോ?”

“നാ, കിന്തു തൊമാരാ ദേസ കൊതയ?” അയാൾ ചോദിച്ചു.

അവന്റെ നാട് എവിടെയാണ് എന്നാണ് ആ ചോദ്യത്തിന്റെ അർ ത്ഥമെന്ന് അപ്പുവിനു മനസ്സിലായി. അപ്പുവിന്റെ കണ്ണു നിറഞ്ഞു, അവൻ പറഞ്ഞു, ‘കേരളം.’

അയാൾ അതു കേട്ടു തലകുലുക്കി.

എന്തോ നിശ്ചയിച്ചതു പോലെയായിരുന്നു പിന്നീട് അയാളു ടെ പെരുമാറ്റം. അപ്പുവിനെ അവിടെയാക്കി അയാൾ പുറത്തു പോ യി. വൈകുന്നേരം തിരിച്ചു വന്നപ്പോൾ ഒരാൾ കൂടെയുണ്ടായിരു ന്നു. ദാദ അവനോടു പറഞ്ഞു,

‘ഇവർ ഉടനേ കേരളത്തിലേക്കു പോകും. നീ ഇവനോടൊപ്പം പോകണം. എനിക്കും ഇനി ഇവിടെ നിൽക്കാനാകില്ല’ അതും പറ ഞ്ഞ് അയാൾ അവനെ കെട്ടിപ്പിടിച്ചു. നെറ്റിയിൽ ഉമ്മ കൊടുത്തു. ഒരു പ്ലാസ്റ്റിക് സഞ്ചിയിൽ ദാദ അവനു വാങ്ങിക്കൊടുത്ത രണ്ട് ബനിയനും നിക്കറും അവൻ എടുത്തു വെച്ചു.

പെട്ടെന്ന് എന്തോ ഓർത്തിട്ടെന്ന പോലെ അയാൾ കട്ടിലിനടി യിലെ ചെറിയ പെട്ടി തുറന്ന് അതിൽ കറുത്ത ചരടിൽ കോർത്ത ഒരു ലോക്കറ്റ് അവന്റെ കഴുത്തിൽ ഇട്ടു കൊടുത്തു.

പിന്നെ അയാൾ കണ്ണു തുടച്ചു കൊണ്ടു തിരിഞ്ഞു നിന്നു.

അപ്പുവിന് ഒന്നും ചെയ്യാനുണ്ടായിരുന്നില്ല.

അവൻ ആ അപരിചിതനു പിന്നാലെ വേഗത്തിൽ നടന്നു.

അവൻ ചെന്നെത്തിയത് ചേരിയുടെ മറ്റൊരു ഭാഗത്തായിരുന്നു.

മുൻപ് താമസിച്ചിരുന്ന ഭാഗത്തേ അപേക്ഷിച്ച് തീർത്തും വൃത്തിഹീനമായ ഒരിടം. പന്നികൾ തിമിർക്കുന്ന ചെളിക്കെട്ട്. നോക്കെത്താ ദൂരത്തോളം ഷീറ്റിട്ടതും, പുല്ലുമേഞ്ഞതും പ്ലാസ്റ്റിക്ക് ഷീറ്റ് കെട്ടിയതുമായ വിട് എന്ന് പറയാനാകാത്ത തരത്തിലുള്ള ഒറ്റമുറി ഷെഡുകൾ.

അസഭ്യവർഷങ്ങൾ, കൂട്ടത്തല്ലുകൾ, ലഹരി പദാർത്ഥങ്ങളുടെ നിർമ്മാണം, ഉപയോഗം, കച്ചവടം. മോഷണം, പിടിച്ചുപറിയ്ക്കൽ, തട്ടിക്കൊണ്ടുപോകൽ, കൊലപാതകം എന്നിങ്ങനെ സാമൂഹ്യവിരുദ്ധ പ്രവർത്തനങ്ങളുടെ കേന്ദ്രമായിരുന്നു ചേരിയുടെ ആ ഭാഗം.

ആ ചേരിയിൽ അപ്പുവിനെപ്പോലെ അനേകം കുട്ടികൾ ഉണ്ടായിരുന്നു. അതിൽ മുതിർന്ന കുട്ടികൾക്കായിരുന്നു ചെറിയ കുട്ടികളുടെ ചുമതലകൾ.

അപ്പുവിനെ എത്തിച്ചത് താരതമ്യേന വലിപ്പമുള്ള ഒരു ഷെഡിലേക്കായിരുന്നു.

കുറേ കുട്ടികൾ പല പ്രായത്തിലുള്ളവർ ആ മുറിയിൽ ഉണ്ടായിരുന്നു. കൊണ്ടുവന്ന് ഷെഡിലേക്കു തള്ളിയ അയാളെ പിന്നെ അപ്പു കണ്ടില്ല.

പഴയ അപ്പുവല്ല ഇപ്പോഴവൻ.

മെലിഞ്ഞ് എല്ലുന്തി, വെയിലേറ്റുകരുവാളിച്ച്, പനിയിൽ തളർന്ന് അപ്പുവിൽ പഴയ അപ്പുവിന്റെ ഒരു ഛായയും അവശേഷിച്ചിരുന്നില്ല അപ്പോഴേക്കും.

തന്നെ ദാദ എന്തിനാണ് ഇവിടേക്ക് അയച്ചത്? അച്ഛനേയും അമ്മയേയും അച്ഛമ്മയേയും കണ്ടില്ലെങ്കിലും ദാദ നല്ലവനായിരുന്നു. പക്ഷേ, ഇവിടം കണ്ടിട്ടു തന്നെ പേടിയാവുന്നു.

പനിയുടെ ക്ഷീണം പൂർണമായും വിട്ടുമാറിയിരുന്നില്ല.

ഭയം കൊണ്ടും ക്ഷീണം കൊണ്ടും ആ വിശപ്പിലും ആ രാത്രി മറ്റു കുട്ടികൾക്കിടയിൽ കിടന്ന് അവനുറങ്ങി.

രാവിലെ നേതാവായ ഒരാൾ വന്നു. 'ഇവനാണോ പുതിയതായി വന്നവൻ?' എന്നു ചോദിച്ചു കൊണ്ട് അയാൾ അപ്പുവിനെ അടിച്ചു. അടികൊണ്ട് അപ്പു കരഞ്ഞുപോയി.

"ഏതാടാ നീ എവിടുന്നു വന്നതാ, പണിയെടുത്താൽ ഇവിടെ കഴിയാം, ഇല്ലെങ്കിൽ നിന്നെ ശരിയാക്കും." അയാൾ ഇതു പറഞ്ഞ് അവനെ ഒന്നുകൂടി അടിച്ചു.

തിരിച്ച് ഒന്നും പ്രതികരിക്കാനാകാതെ അവൻ കരഞ്ഞുകൊണ്ട് നിലത്തിരുന്നു.

'എടാ നിനക്കാണ് ഇവന്റെ ചുമതല. നീ ഇവനെ ശരിയാക്കി യെടുക്കണം' എന്ന് അലറി പറഞ്ഞു കൊണ്ട് അയാൾ പുറത്തേക്ക് പോയി പോകുന്ന വഴിയിൽ ഒന്നു കൂടി അയാൾ പറഞ്ഞു, "വൈ കിട്ട് വരും എല്ലാവന്റെയും കളക്ഷൻ കാണണം. എന്നിട്ട് ബാക്കി തരാം നിനക്കൊക്കെ."

നേതാവ് പോയിക്കഴിഞ്ഞപ്പോൾ പിന്നെ മുതിർന്നവന്മാരുടെ ഊഴമായി. ഒരാൾ വന്ന് അപ്പുവിനെ തലങ്ങുംവിലങ്ങും അടിച്ചു അവനെ പിടിച്ചു തള്ളി താഴെയിട്ടു.

അവന്റെ ഷർട്ടിൽ പിടിച്ചുയർത്തി.

അപ്പുവിന്റെ ഉണ്ടായിരുന്ന ആ ഒരു ഷർട്ടും കീറിപ്പോയി. അവർ പറഞ്ഞതു പലതും അവനു മനസ്സിലായതുപോലുമില്ല. താൻ അപകടത്തിലാണെന്നു മാത്രം അവനു മനസ്സിലായി. തലേന്നുവരെ കഴിക്കാനും കുടിക്കാനും മുട്ടില്ലാതെയിരുന്ന അപ്പുവിന് അന്ന് ഒരു തുള്ളി വെള്ളം പോലും കിട്ടിയില്ല. പനിയുടെ അവശത ബാധിച്ച അവൻ കൂടുതൽ ക്ഷീണിച്ചു.

പക്ഷേ, അങ്ങനെ നിൽക്കാൻ കഴിയില്ലായിരുന്നു അവന്.

കൂട്ടത്തിലെ നേതാവായ വലിയ കുട്ടിയുടെ നിർദ്ദേശത്തിൽ അവനു പിന്നാലേ അപ്പു നടന്നു. ചേരിക്കു പുറത്തിറങ്ങി റോഡിലൂടെ നടന്ന് ആൾകൂട്ടത്തിനരികിലെത്തി. കൂടെ നടന്ന നേതാവ് അപ്പുവിനെ ഒരിടത്തു നിർത്തി 'നീ നോക്കി പഠിച്ചോണം കേട്ടോടാ' എന്നു പറഞ്ഞു കൊണ്ട് ആൾക്കൂട്ടത്തിനിടയിലേക്ക് പോയി.

അപ്പു സശ്രദ്ധം നോക്കി നിന്നു.

ആൾക്കൂട്ടത്തിനിടയിൽ കടന്ന് ആ പയ്യൻ, നടന്നു പോകുന്ന ഒരാളിന്റെ പാന്റസിന്റെ പോക്കറ്റിൽ നിന്നും പേഴ്സ് വളരെ വിദഗ്ധമായി മോഷ്ടിച്ചു.

അതിശയത്തോടെയാണ് അത് അപ്പു നോക്കിക്കണ്ടത്.

മോഷ്ടിച്ച പേഴ്സ് അവൻ അപ്പുവിന്റെ കയ്യിൽ വച്ചു കൊടുത്തു. 'നോക്കടാ ഇതുപോലെ ചെയ്യണം നീ. ദാ ഒന്നൂടെ നോക്കിക്കോ. കണ്ട് പഠിച്ചോണം കേട്ടോ' എന്നു പറഞ്ഞിട്ട് വീണ്ടും തിരക്കിനിടയിലേക്ക് പോയി. ഇപ്രാവശ്യത്തെ ഇര ഒരു സ്ത്രീയായിരുന്നു. അവരുടെ കൂടെ തിക്കിതിരക്കി നടന്നു കൊണ്ട് അവർ പോലുമറിയാതെ ബാഗ് തുറന്ന് പേഴ്സ് കൈക്കലാക്കി.

ഇതെല്ലാം വളരെ അതിശയത്തോടെ അപ്പു കണ്ടുനിന്നു.

പേഴ്സുമായി എത്തി അപ്പുവിനെ പേഴ്സ് ഏല്പിച്ചു.

"ഇനി നീ പോണം, പേഴ്സ് എടുത്തിട്ട് വരണം."

അവൻ അജ്ഞാപിച്ചു...

ഞെട്ടിവിറച്ചുകൊണ്ട് അവൻ ആൾക്കൂട്ടത്തിനിടയിലേക്ക് കയറി. അപ്പു ആരുടെയേയും ശ്രദ്ധയിൽ പെടാതെ, നടന്നുപോകുന്ന ഒരാളുടെ കൂടെകൂടി. ആദ്യമായി മോഷണത്തിന്റെ അവൻ കണ്ടുപഠിച്ച പാഠങ്ങൾ പ്രയോഗിക്കാൻ നോക്കി.

പക്ഷേ, അപ്പു അതിൽ പരാജയപ്പെട്ടു.

അവൻ തിരികെ ആ നേതാവിന്റെ അടുത്തെത്തി. അവൻ ശകാരിച്ചുകൊണ്ട് അപ്പുവിനെ വീണ്ടും ആൾക്കൂട്ടത്തിലേക്കു വിട്ടു.

അപ്പു ഒരിക്കൽക്കൂടി ആൾക്കൂട്ടത്തിനിടയിലേക്ക് കയറി. ഇത്തവണ അവൻ വളരെ കാര്യമായി എടുക്കാൻ ശ്രമിച്ചു.

ആ ശ്രമം വീണ്ടും പരാജയപ്പെട്ടു.

'അയ്യോ എടുക്കാതെ ചെന്നാൽ അയാളെന്നെ തല്ലും ഏതായാലും ഒന്നു കൂടി ശ്രമിക്കാം' എന്ന് മനസ്സിൽ പറഞ്ഞു കൊണ്ട് അവൻ വീണ്ടും ഒരാളുടെ കൂടെക്കൂടി നടന്നു. വളരെ സാവധാനത്തിൽ അവൻ അയാളുടെ പാന്റ്സിന്റെ പോക്കറ്റിലിരുന്ന പേഴ്സ് എടുത്തു.

'കള്ളൻ...കള്ളൻ...' എന്നു പറഞ്ഞു കൊണ്ട് അയാൾ അപ്പുവിനെ കടന്നുപിടിച്ചു. ആളുകൾ ചുറ്റും കൂടി അയാൾ അപ്പുവിനെ കണക്കിന് ഉപദ്രവിച്ചു. ഇതിനിടയിൽ ഒരാൾ എത്തി.

ചെറിയ പയ്യനല്ലേ, എന്നൊക്കെ പറഞ്ഞുകൊണ്ട് അയാൾ അപ്പുവിനെ രക്ഷിച്ചു. ഈ സമയത്ത് അവൻ തിരിഞ്ഞുനോക്കി. അവനെ കൊണ്ടുവന്ന ആ നേതാവ് ദൂരെ ഒരു സ്ഥലത്തേക്ക് മാറി നിൽക്കുന്നു. അപ്പു നടന്ന് അയാളുടെ അടുത്തെത്തി. 'നീ പിടി കൊടുത്തു അല്ലേ' എന്നു പറഞ്ഞ് അപ്പുവിനെ അയാൾ അടിച്ചു. 'ബാക്കി അങ്ങ് ചെന്നിട്ട്' എന്നു പറഞ്ഞ് അപ്പുവുമായി അവർ നടന്നു. ഇവരുടെ ഇടയിൽ നിന്നും ഒരിക്കലും രക്ഷപെടാനാകില്ലല്ലോ എന്ന് ചിന്തിച്ച് അപ്പു അവർക്കു പിന്നാലെ നടന്നു.

അടികൊണ്ട് അപ്പുവിന്റെ മുഖം നീരു വന്നു വീർത്തിരുന്നു.

അവന്റെ ചുണ്ടു പൊട്ടിയൊലിച്ചു.

പക്ഷേ, അവരുടെ താമസസ്ഥലത്ത് അപ്പുവിനെ കാത്തിരുന്നത് ക്രൂരമായ ദേഹോപദ്രവമായിരുന്നു. ശരീരം ആസകലം വേദനയും നീറ്റലും, വിശപ്പും ദാഹവും, അവനു മിണ്ടാനാകുമായിരുന്നില്ല. അപ്പു അവശനായി പേടിച്ച് വിറച്ച് ആ മുറിയുടെ മൂലയിൽ ചുരുണ്ടുകൂടി.

അപ്പോഴാണ് ആൾക്കൂട്ടത്തിന്റെ അക്രമത്തിൽ നിന്നും രക്ഷിച്ച

ആ മനുഷ്യൻ അവിടേക്കു വന്നത്.

അയാളും സംഘാംഗം തന്നെ.

മോഷണത്തിൽ പരാജയപ്പെട്ടതിനാണ് ഈ അടിയൊക്കെ കൊണ്ടത്. അവൻ ദാദയെ ഓർത്തു.

അമ്മയെ ഓർത്തു. അനുസരണക്കേടിന്റെ ഫലം.

അവൻ വിങ്ങിവിങ്ങിക്കരഞ്ഞു.

ബാക്കിയുള്ളവരുടെ കയ്യിൽ നിന്നും മോഷണമുതൽ വാങ്ങിക്കൊണ്ട് നേതാവ് തിരിച്ചു പോയി.

കരഞ്ഞുകൊണ്ട് അവൻ കിടന്നു ക്ഷീണത്താൽ ഉറങ്ങിയതറിഞ്ഞില്ല. പിറ്റേ ദിവസം രാവിലെ മുതിർന്ന ഒരു കുട്ടി അവനെ ഉണർത്തി.

"വാ പോകാം." അവൻ അപ്പുവിനെ വിളിച്ചു...

അവൻ അപ്പുവിനെയും കൊണ്ട് തിരക്കുള്ള വേറൊരു സ്ഥലത്തേക്ക് പോയി. അപ്പു പല തവണ ആൾക്കൂട്ടത്തിനിടയിൽ കറങ്ങി നടന്നു. ഓരോ ശ്രമവും പരാജയപ്പെട്ടു.

അവസാനം വിജയം അവനിൽ ഒരു ബാഗ് രൂപത്തിലെത്തി.

ഒരു സ്ത്രീയുടെ ബാഗ് പിടിച്ചുപറിച്ച് അവൻ വേഗത്തിൽ ആൾക്കൂട്ടത്തിനിടയിൽ മറഞ്ഞു. ഇന്ന് പിടിച്ചാൽ വീണ്ടും അടി കിട്ടും ഭക്ഷണം കിട്ടുകയുമില്ല.

സർവ്വ ശക്തിയും എടുത്ത് അവൻ ഓടിമറഞ്ഞു.

ഒരു സ്ഥലത്ത് മറഞ്ഞിരുന്ന് അവൻ ആ ബാഗ് തുറന്നു നോക്കി. അതിലെ പേഴ്സിനുള്ളിൽ പണം ഉണ്ടായിരുന്നു. പേഴ്സ് എടുത്ത് ബാഗ് ഉപേക്ഷിച്ച് അപ്പു തന്റെ കൂടെ വന്ന കൂട്ടുകാരന്റെ അടുത്തെത്തി.

അന്നു വൈകിട്ട് എല്ലാവരുടേയും അഭിനന്ദനങ്ങൾ അവനെ തേടിയെത്തി, ഒപ്പം വയറുനിറയെ ആഹാരവും.

"നാളെയും ഇങ്ങനെ വേണം..." പണവുമായി തിരികെ പോകുന്നതിനിടയിൽ നേതാവ് പറഞ്ഞു.

അപ്പുവിന് പല ദിവസങ്ങളിലും പല തിരക്കുകുള്ള സ്ഥലങ്ങളിൽ നിന്നും ഇങ്ങനെ ഓടേണ്ടി വന്നിട്ടുണ്ട്, അടി കിട്ടാതിരിക്കാൻ... ആഹാരം കിട്ടാൻ...

ഏതാനും ദിവസങ്ങൾ കൊണ്ട് അപ്പു തന്റെ പഴയ ജീവിതത്തെ തന്നെ മറന്നു പോയി.

അവന്റെ മുന്നിൽ പൈസയുള്ള ബാഗുകൾ ഭക്ഷണം തരും എന്ന അറിവു മാത്രം ബാക്കിയായി.

അധ്യായം പന്ത്രണ്ട്

അപ്പുവിന്റെ തിരോധാനം ഇതിനിടയിൽ ഡൽഹി മലയാളികളുടെ ഇടയിൽ ഒരു വലിയ വാർത്തയായി മാറിക്കഴിഞ്ഞിരുന്നു. നാട്ടിൽ നിന്ന് എത്തിയ ഒരു കുട്ടിയെ ഏതാനും ദിവസങ്ങൾക്കുള്ളിൽ കാണാതായിരിക്കുന്നു.

കുട്ടികളുള്ള മലയാളി കുടുംബങ്ങൾ കൂടുതൽ പരിഭ്രാന്തിയിലായി. പലരും അവരുടെ കുട്ടികളുടെ സുരക്ഷയെ മുൻനിർത്തി കൂടുതൽ ശ്രദ്ധിക്കാൻ തുടങ്ങി.

അപ്പുവിനെ കാണാതായ ദിവസം, ജോലി കഴിഞ്ഞ് മടങ്ങിയെത്തിയ രവിയും ആര്യയും ഒരു ലൈറ്റു പോലും ഇടാതെ വീട് അടച്ചിട്ടിരിക്കുന്നതാണ് കണ്ടത്.

'അവൻ ലൈറ്റുപോലുമിടാതെ പഠിക്കാതെ കിടന്നുറങ്ങുകയാണ് രവിയേട്ടാ...' എന്നു പറഞ്ഞു കൊണ്ടാണ് ആര്യ കാറിൽ നിന്നിറങ്ങിയത്.

കോളിങ് ബെൽ അടിച്ചിട്ടും വാതിൽ തുറക്കുന്നില്ല.

അടുത്ത ഫ്ലാറ്റിലെ അമ്മുമ്മ പുറത്തേക്കു തല നീട്ടി നോക്കി ഒന്നും മിണ്ടാതെ അകത്തേക്കു കയറിപ്പോയി.

'എടാ അപ്പു എഴുന്നേൽക്ക്' എന്ന് ആര്യ പലവട്ടം വിളിച്ചു.

"ആര്യ അവൻ ട്യൂഷൻ കഴിഞ്ഞ് വന്നു കാണില്ലായിരിക്കും."

രവി കാർ പാർക്കു ചെയ്യുന്നതിനിടയിൽ പറഞ്ഞു.

അതുകേട്ട് ആര്യ താക്കോൽ വച്ചിരിക്കുന്നിടത്തു നോക്കി.

താക്കോൽ അവിടെത്തന്നെയുണ്ട്.

അത് എടുത്ത് ആര്യ കതകുതുറന്നു.

ബാഗ് അകത്തു വെച്ചു. അപ്പോൾ രവി പറഞ്ഞു, "ഞാൻ ബൈക്ക് എടുക്കാം. അപ്പൂനേയും വിളിച്ച് സബ്ജിമണ്ഡിയിലും മലയാളി പീടികയിലും കയറിയിട്ടു തിരിച്ചു വരാം."

ഇതെന്താ അപ്പു വരാൻ വൈകുന്നത് എന്നു ചിന്തിച്ചാണ് ആര്യ വീട്ടിൽ നിന്നും ഇറങ്ങിയത്.

അവർ രണ്ടുപേരും കൂടി ട്യൂഷൻ ടീച്ചറുടെ വീട്ടിലെത്തി; അപ്പുവിനെ അന്വേഷിച്ചു.

അപ്പു ട്യൂഷൻക്ലാസ്സിൽ എത്തിയിട്ടില്ല എന്നു ടീച്ചർ പറഞ്ഞതോടെ രണ്ടുപേരും പരിഭ്രാന്തരായി.

"എത്തിയില്ലേ! പിന്നെ അവൻ എവിടെ പോയി? കൂട്ടുകാരുടെ വീട്ടിൽ പോകാനാണെങ്കിൽ മറ്റു കൂട്ടുകാരാരുമില്ല?" അവരുടെ ചോദ്യങ്ങൾക്ക് ട്യൂഷൻ ടീച്ചർക്ക് ഉത്തരമില്ലായിരുന്നു.

അവർ വീട്ടിലെത്തി, പെട്ടെന്നു തന്നെ ക്ലാസ്സ് ടീച്ചറെ വിളിച്ചു. അവൻ സ്കൂളിൽ എത്തിയിട്ടില്ല എന്നു കേട്ടപ്പോൾ രവി പരിഭ്രാന്തനായി. രവി സ്കൂളിന്റെ പ്രിൻസിപ്പലിനെ ഫോണിൽ വിളിച്ചു കാര്യങ്ങൾ തിരക്കി.

അവൻ സ്കൂളിൽ എത്തിയിട്ടില്ല എന്ന് ക്ലാസ് ടീച്ചറെ വിളിച്ച ശേഷം പ്രിൻസിപ്പാൾ ഉറപ്പിച്ച് പറഞ്ഞു.

രാവിലെ രവിയാണ് അവനെ ബസ്സ് കയറ്റി അയച്ചത്.

രവി അത് ഉറപ്പിച്ചു പറഞ്ഞു.

ബസ്സ് ഡ്രൈവറെയും ആയയേയും വിളിച്ചശേഷം ക്ലാസ്സ് ടീച്ചർക്കും പ്രിൻസിപ്പാളിനും അപ്പു ബസ്സിൽ കയറി സ്കൂളിൽ എത്തി എന്ന് ഉറപ്പായി.

പിന്നെ അപ്പുവിനെന്തു പറ്റി?

ആര്യ തളർന്നുവീണു. അപ്പോഴേക്കും രവിയുടെ രണ്ടു സുഹൃത്തുക്കൾ അവിടെ എത്തി.

നാട്ടിലും വിവരം അറിയിച്ചു.

പക്ഷേ, അമ്മയോടു തൽക്കാലം പറയരുത് എന്ന് രവി നാട്ടിലെ സുഹൃത്തുക്കളോടു പ്രത്യേകം പറഞ്ഞു.

സമയം ഒട്ടും കളയാതെ രവി തന്റെ സുഹൃത്തും ഡൽഹി പോലീസിലെ ഉദ്യോഗസ്ഥനുമായ മഹേഷിനോട് വിവരം ധരിപ്പിച്ചു. മഹേഷിന്റെ നിർദ്ദേശപ്രകാരം അടുത്ത പോലീസ് സ്റ്റേഷനിൽ പരാതി നൽകി. ഒരാളെ കാണാതായാൽ എത്രയും വേഗം പരാതി നൽകുകയും തിരച്ചിൽ ആരംഭിക്കുകയും വേണം, നേരം വൈകും തോറും കാര്യങ്ങൾ കൂടുതൽ കുഴപ്പത്തിലാകും.

ആ രാത്രി രവിയുടെയും ആര്യയുടേയും ജീവിതത്തിലെ ഏറ്റവും ദുഃഖകരമായ ഒന്നായി മാറി. പിറ്റേന്ന് കാലത്ത് സ്കൂളിലെത്തി അന്വേഷണം നടത്തിയതിൽ ഒരു കാര്യം വ്യക്തമായി അപ്പു സ്കൂളിലെത്തിയിട്ടുണ്ട്. പെട്ടെന്ന് ഒരു പെൺകുട്ടി പറഞ്ഞു, അവൻ ക്ലാസ്സിലേക്കുള്ള വരിയിലില്ലായിരുന്നു.

പോലീസ് സാന്നിധ്യത്തിൽ സ്കൂളിലെ സി.സി.ടി.വി പരിശോധിച്ചതിൽ തിരക്കിനിടയിൽ റോഡിലേക്ക് ഇറങ്ങിയോടുന്ന അപ്പുവിനെ കണ്ടു. എന്തിന്? എന്തിനാണവൻ പുറത്തേക്ക് ഓടിയത്?

ഇതിനിടയിൽ മഹേഷിന്റെ നിർദ്ദേശത്തിൽ പണം നഷ്ടപ്പെട്ടിട്ടുണ്ടോ എന്ന് പരിശോധിച്ചു.

വീട്ടിൽ സൂക്ഷിച്ച കുറച്ചു പണം നഷ്ടപ്പെട്ടിട്ടില്ല എന്നാണ് ആര്യ പറഞ്ഞത്. എന്നാൽ രവി, അതിൽ ആയിരം രൂപ കുറഞ്ഞ

തു തിരിച്ചറിഞ്ഞു. അപ്പു പോകാൻ സാധ്യതയുള്ളത് കേരളത്തിലേക്കാണ് എന്ന നിഗമനത്തിലേക്കവർ വേഗം എത്തിച്ചേർന്നു.

അതോടെ അന്വേഷണം റെയിൽവെ സ്റ്റേഷൻ കേന്ദ്രീകരിച്ചാക്കി. അവിടത്തെ സി.സി.ടി.വിയിൽ അപ്പുവിനെ കണ്ടു. അവിടുത്തെ ടിക്കറ്റ് സെല്ലർ തലേദിവസം വന്ന കുട്ടിയെ ഓർത്തെടുത്തു. കേരള ടിക്കറ്റ് ചോദിച്ചെത്തി മാറ്റി നിർത്തിയ അപ്പു, ആ സമയത്ത് കേരളത്തിലേക്കുള്ള ട്രെയിനിൽ കയറിയിരിക്കാം എന്ന തീരുമാനത്തിലെത്തി. പ്ലാറ്റ്ഫോമിലെ ക്യാമറയിൽ നോക്കിയ ഉദ്യോഗസ്ഥർ ഒരു സുപ്രധാന വിവരം സ്ഥിരീകരിച്ചു. അവൻ കയറിയത് കേരളത്തിലേക്കല്ല ബംഗാളിലേക്കാണ്.

പോലീസിന്റെ വിവരം അറിഞ്ഞു വന്നപ്പോഴേക്കും ദിവസം മൂന്ന് കഴിഞ്ഞിരുന്നു. തന്റെ ജോലിക്കു പോക്കാണ് അവനെ നഷ്ടപ്പെട്ടത് എന്ന ചിന്ത ആര്യയെ അലട്ടി.

പക്ഷേ, രവിക്ക് പ്രതീക്ഷ അല്പം പോലും നഷ്ടപ്പെട്ടില്ല.

ഒന്നാമത് അപ്പു ഒരു മിടുക്കൻ കുട്ടിയാണ്.

ഒരു അപകടത്തിൽപ്പെട്ടാൽ എന്തു ചെയ്യണമെന്ന് ഒരു ധാരണ അവനുണ്ടാവും. മറ്റ് അപകടങ്ങൾ സംഭവിക്കരുത് അവന്.

രവി ഉള്ളുരുകി പ്രാർത്ഥിച്ചു.

ആര്യയുടെ അച്ഛനും അമ്മയും തൊട്ടടുത്ത വിമാനത്തിൽ കേരളത്തിൽ നിന്നും മകളുടെ അടുത്തേക്കു പുറപ്പെട്ടു.

ഇനി അമ്മയോടു വിവരം പറയണം. കാരണം ഏതുവിധേനയും അപ്പു കേരളത്തിലെത്താൻ ശ്രമിക്കും.

അടുത്ത വീട്ടിൽ നിന്നും പേരമ്മയുടെ മക്കൾ വീട്ടിലെത്തി എന്ന് ഉറപ്പു വരുത്തിയിട്ടാണ് രവി അമ്മയെ വിളിച്ചതും കാര്യം പറഞ്ഞതും. പ്രതീക്ഷിച്ചതു തന്നെ സംഭവിച്ചു.

അപ്പുവിനെ കാണുന്നില്ല എന്നു പറഞ്ഞു തീരും മുൻപ് രവിയുടെ അമ്മ കുഴഞ്ഞുവീണു. അമ്മയെ ആശുപത്രിയിൽ എത്തിക്കാൻ രവി ഏർപ്പാടു ചെയ്തു. സ്ഥിരം കാണിക്കുന്ന ഡോക്ടറെ വിളിച്ചു കാര്യംപറഞ്ഞു.

ഒറ്റ ദിവസം കൊണ്ട് രവിയുടെ ജീവിതം ആകെ മാറിമറിഞ്ഞു.

കൽക്കട്ടയിൽ എത്തിയ അപ്പുവിനെക്കുറിച്ച് ഒരറിവും പിന്നീട് കിട്ടിയില്ല.

സ്വന്തം ഭാര്യയോടു പോലും ഒരു വാക്ക് പറയാനാകാതെ വിഷമിക്കുന്ന രവിയെ കണ്ട കൂട്ടുകാരൻ തന്റെ കഴിവ് ഉപയോഗിച്ച് അന്വേഷണം ബംഗാളിലേക്ക് വ്യാപിപ്പിക്കാൻ സമ്മർദ്ദം ചെലുത്തി.

ഒപ്പം ചില ഉന്നത ഉദ്യോഗസ്ഥരും രവിയുടെ അവസ്ഥ കണ്ട് സഹായിക്കാൻ സന്നദ്ധരായി.

അങ്ങനെ രണ്ടാഴ്ചയ്ക്കുശേഷം മൂന്നുപേർ അടങ്ങുന്ന ഒരു സംഘം കൽക്കത്തയിലേക്കു തിരിച്ചു.

അതിൽ മഹേഷും ഉണ്ടായിരുന്നു.

അവിടെ എത്തിയ പോലീസ് സംഘം ബംഗാളിലെ പോലീസുമായി ചേർന്ന് അന്വേഷണം ആരംഭിച്ചു. അങ്ങനെ ഏതാണ്ട് മൂന്നാഴ്ചയ്ക്കു ശേഷം രവിയെത്തേടി ആ വാർത്ത എത്തി.

അധ്യായം പതിമൂന്ന്

ചേരിയിലെ സംഘത്തിന്റെ നേതൃത്വത്തിൽ വെറും രണ്ടാഴ്ചയ്ക്കിടയിൽ നിരവധി പിടിച്ചുപറിക്കൽ, മോഷണം എന്നിവ നടത്തി വിജയിച്ച അപ്പു പെട്ടെന്ന് അവരിലൊരാളായി മാറി.

അവന്റെ രൂപത്തിലും ഭാവത്തിലും വസ്ത്രധാരണത്തിലും മാറ്റങ്ങൾ ഉണ്ടായി. സ്ക്കൂളിൽപ്പോയി മിടുക്കനായി പഠിച്ചിരുന്ന കുട്ടിയിൽ വെറും മൂന്നാഴ്ച കൊണ്ടു സംഭവിച്ച മാറ്റങ്ങൾ അമ്പരപ്പിക്കുന്നതായിരുന്നു. വയറു നിറയെ ഭക്ഷണം കിട്ടണം, തല്ലുകൊള്ളാതെ ഉറങ്ങാൻ കഴിയണം. അപ്പുവിന്റെ ലോകവും ചിന്തയും അതിലേക്ക് ഒതുങ്ങി. ഭക്ഷണം കിട്ടാൻ അവന്റെ മുന്നിൽ മറ്റൊരു വഴിയും ഉണ്ടായിരുന്നില്ല.

ഒരു ദിവസം രാവിലെ സംഘത്തലവനോടൊപ്പം അപരിചിതനായ ഒരാൾ ആ ചേരിയിൽ എത്തി. അയാൾ അവിടെയുണ്ടായിരുന്ന കുട്ടികളെ നിരത്തിനിർത്തി. അവർ തമ്മിൽ എന്തൊക്കെയോ സംസാരിച്ചു. "എനിക്ക് പതിനഞ്ച് ആളെ വേണം." വന്നയാൾ അയാളുടെ ആവശ്യങ്ങൾ പറയാൻ തുടങ്ങി. "പതിനഞ്ച് അല്ല എത്ര വേണമെങ്കിലും തരാം, പക്ഷേ പഴയ റേറ്റ് പറ്റില്ല."

"റേറ്റ് കൂട്ടിത്തരാം പക്ഷേ പണിയെടുക്കുന്നവനെ തരണം."

"നോക്ക് ഇവന്മാർ ദിവസവും നല്ലപോലെ പണിയെടുത്ത് എനിക്ക് നല്ല വരുമാനം ഉണ്ടാക്കി തരുന്നവരാ." സംഘത്തലവനും വന്നയാളും അപ്പുവിന്റെയും കൂട്ടരുടേയും വിലയുറപ്പിക്കുകയാണെന്ന് അവന് മനസ്സിലായില്ല.

'ഇത്തവണ കേരളത്തിലേക്കാണ് ആളെ വേണ്ടത്. അവിടെ കുട്ടികളെ പരസ്യമായി പണിയെടുപ്പിക്കാൻ പറ്റില്ല' എന്ന വർത്തമാനം കേട്ട അപ്പു പെട്ടെന്ന് കേരളം എന്ന വാക്ക് ശ്രദ്ധിച്ചു.

"പണിയെടുപ്പിക്കണ്ടാ, തിരക്കുള്ള അമ്പലങ്ങൾക്കടുത്ത് തെ

ണ്ടാനിരുത്താം. പിന്നെ നമ്മുടെ പൊതി വിൽക്കാൻ ഉപയോഗിക്കാം. പിള്ളേരാവുമ്പോൾ സംശയം തോന്നില്ല. പിന്നെ അത്യാവശ്യ സമയത്ത്, ആൾക്കൂട്ടത്തിനിടയിലേക്ക് കയറ്റി വിട്ടാൽ മതി..." സംഘത്തലവൻ വന്നയാൾക്ക് വില പറഞ്ഞ് കച്ചവടം ഉറപ്പിച്ചു.

കേരളത്തിലേക്കു ജോലിക്കായി വടക്കുകിഴക്കൻ നാടുകളിൽ നിന്നും നിരവധി ആൾക്കാരെത്തുന്നുണ്ട്. അവരെ ഇവിടെ എത്തിക്കുന്നതിന് ഏജൻസികളുമുണ്ട്. കേരളത്തിലേക്ക് ആളെ എത്തിക്കുന്ന ഏജന്റ് ഇതേപോലെയുള്ള സംഘത്തലവന്മാരെയാണ് മിക്കപ്പോഴും ആശ്രയിക്കാറുള്ളത്. സംഘത്തിന്റെ കൂടെയെത്തുന്ന മുതിർന്ന ആൾക്കാർ ആദ്യം ജോലി ചെയ്തു തുടങ്ങും. കൗമാര പ്രായക്കാരെ കൂട്ടത്തിൽ കൂട്ടും.

പ്രായം ചോദിച്ചാൽ പതിനെട്ട് പത്തൊൻപത് എന്നൊക്കെ പറയും. കൊച്ചു കുട്ടികളെ അവർ ഭിക്ഷാടന മാഫിയക്ക് കൈമാറും.

അത്തരം കുട്ടികൾ ഭിക്ഷ യാചിച്ചും ചില്ലറ ചെറിയ മോഷണങ്ങൾ നടത്തിയും പണം ഉണ്ടാക്കും.

ഇപ്പോൾ മറ്റൊരു ജോലി കൂടി കുട്ടികൾക്കു നൽകിത്തുടങ്ങിയിട്ടുണ്ട്. കഞ്ചാവു പൊതി കച്ചവടം! ഇത്തരത്തിൽ കേരളത്തിലേക്ക് കൊണ്ടുപോകാനാണ് അവർ കുട്ടികളെ തയ്യാറാക്കിയത്.

കുട്ടികൾക്കൊന്നും എവിടെയാണ് പോകുന്നതെന്നോ, എന്തിനാണ് തങ്ങളെ കൊണ്ടു പോകുന്നതെന്നോ അറിയില്ല. ഇത്തരം സംഘത്തിൽ പെട്ട് എത്തുന്നവർ കുറച്ചു കാലം കഴിയുമ്പോൾ അവരും ലഹരിക്ക് അടിപ്പെടും. അപ്പോഴേക്കും ചിലർ കൊടും ക്രിമിനലുകൾ ആകും, ചിലപ്പോൾ തീവ്രവാദികളും. അവർക്കു വേണ്ടത് പണം മാത്രമാണ്. സംഘത്തിൽപ്പെട്ടവർ, സംഘത്തലവൻ പറയുന്നിടത്തേക്കു പോവുകയും പറയുന്നതൊക്കെ ചെയ്യുകയും ചെയ്യും. സംഘത്തലവന്റെ നിർദ്ദേശമനുസരിച്ച് കുട്ടികൾ അവരുടെ കയ്യിലുള്ള വസ്ത്രം ഒരു ചെറിയ കവറിലാക്കി പോകാൻ തയ്യാറായി. കൂട്ടത്തിൽ അപ്പുവും.

ആ രാത്രി അപ്പു ഉറങ്ങിയില്ല. അവൻ അമ്മയെ ഓർത്തു, അച്ഛനെ ഓർത്തു, അച്ഛമ്മയെ ഓർത്തു, അതോടെ, അവനും ചിലതു കണക്കു കൂട്ടി. പോകുന്നതു കേരളത്തിലേക്കാണ്. അവിടെ എത്തിയാൽ ആരോടെങ്കിലും കാര്യം പറയാൻ പറ്റിയാൽ അവർ ഉറപ്പായും സഹായിക്കും. അച്ഛന്റെ ഫോൺ നമ്പർ കാണാതെ അറിയാം. പക്ഷേ, ഇതുവരെ ഒരു ഫോൺ കൈയിൽ കിട്ടിയിട്ടില്ല. സത്യത്തിൽ രക്ഷപ്പെടാൻ പറ്റുമെന്നു ചിന്തിച്ചിട്ടു പോലുമില്ല.

ഇനി ഉറപ്പായും അടുത്ത അവസരം വിട്ടുകളയില്ല.

അപ്പു തീരുമാനിച്ചുറപ്പിച്ചു.

അച്ഛനും അമ്മയും കരയുകയാവും.

അതോർത്തപ്പോൾ അവനു കണ്ണു നിറഞ്ഞു.

അവൻ കിടന്ന നാറുന്ന മെത്ത കണ്ണുനീരു വീണു നനഞ്ഞു.

ഈ സമയം ബംഗാളിലെത്തിയ മലയാളിയടക്കമുള്ള ഡൽഹി പോലീസ് അംഗങ്ങൾ ബംഗാൾ പോലീസിന്റെ സഹായത്തോടെ അന്വേഷണം ആരംഭിച്ചു. റെയിൽവെ സ്റ്റേഷനിൽ ട്രെയിൻ എത്തിയതു മുതലുള്ള സി.സി.ടി.വി.ദൃശ്യങ്ങൾ പരിശോധിച്ചു. വിശദമായ പരിശോധനയിൽ ഒരു കാര്യം വ്യക്തമായി അപ്പു അവിടെയിറങ്ങിയിട്ടുണ്ട്.

അവന്റെ കാണാതായ ഷർട്ടിന്റെ നിറം പോലീസ് ഉദ്യോഗസ്ഥന്മാർ തിരിച്ചറിഞ്ഞിരിക്കുന്നു. കൈയ്യിൽ ബാഗൊന്നുമില്ലാതെ ഒരു സ്ത്രീയുടെ കൈ പിടിച്ചു നടക്കുന്ന കുട്ടി.

വിശദമായി പരിശോധിച്ചപ്പോഴാണ് മനസ്സിലായത് അത് ഒരു സത്രീയല്ല മറിച്ച് ഭിക്ഷാടനത്തിനായി സ്ത്രീ വേഷം കെട്ടി നടക്കുന്ന പുരുഷനാണ് എന്ന്. അയാളെത്തേടിയുള്ള അന്വേഷണം അത്ര എളുപ്പമായിരുന്നില്ല.

ദിവസങ്ങൾ കടന്നു പോയി ഒടുവിൽ പോലീസ് നഗരത്തിന്റെ ഒരു ഭാഗത്ത് ചുറ്റിത്തിരിയുന്ന അയാളെ കണ്ടെത്തി. അയാളുടെ വാക്കുകൾ പോലീസിന് വിശ്വസനീയമായിരുന്നില്ല. സ്റ്റേഷനിൽ കൊണ്ടുപോയ വിശദമായി ചോദ്യം ചെയ്തു.

അയാളുടെ വീട് വളരെ ദൂരെ ഗ്രാമത്തിലാണ്.

കൃഷിയൊക്കെ നഷ്ടത്തിലായപ്പോൾ അയാൾ തൊഴിൽ തേടി കൽക്കത്തെയ്ക്കു വന്നതാണ്. പക്ഷേ, അയാൾക്കു പറ്റിയ പണിയൊന്നും കിട്ടിയില്ല.

ഒടുവിൽ കണ്ട മാർഗമാണ് വേഷം മാറിയുള്ള പിച്ചതെണ്ടൽ. എല്ലാമാസവും അങ്ങനെ കിട്ടുന്ന കാശുമായി വീട്ടിൽ പോകും. അവിടെ അയാളുടെ അമ്മയുണ്ട്. ആ പണം കൊണ്ട് അമ്മ ജീവിക്കും. അത്യാവശ്യം കൃഷിയും നടത്തും.

അങ്ങനെ ഒരു തവണ തിരിച്ചു വരുമ്പോഴാണ് ട്രെയിനിൽ വെച്ച് അപ്പുവിനെ കണ്ടത്. ഒറ്റനോട്ടത്തിൽ വീട്ടുവിട്ട് ഇറങ്ങിയതാണെന്നു പിടികിട്ടി. കുട്ടികൾ ഒപ്പമുണ്ടെങ്കിൽ ഭിക്ഷ കൂടുതൽ കിട്ടും.

അങ്ങനെയാണ് അവനെ കൂടെകൂട്ടിയത്.

അവൻ തന്നോടൊപ്പം വന്നതുകൊണ്ട് അത്രയും നാൾ സുര

ക്ഷിതനായിരുന്നു. എന്നാൽ കോളനിയിൽ ജയിലിൽ നിന്ന് ഇറങ്ങിയ പുതിയ ഗുണ്ട അയാളപ്പോലെയുള്ള എല്ലാവർക്കും ശല്യമായി. പാതിരാത്രി പിടിച്ചു കൊണ്ടുപോയി ദേഹോപദ്രവം ചെയ്യുന്ന ആ ഗുണ്ടയുടെ പിടിയിൽ ആ കുഞ്ഞ് പെട്ടു പോകാതിരിക്കാനാണ് അവന്റെ നാട്ടിലേക്കു പോകുന്നവരെ അവനെ ഏൽപ്പിച്ചത്. അയാൾ കാര്യങ്ങൾ വിശദമായി പറഞ്ഞു.

അതു പൂർണമായും വിശ്വസിക്കാതെ അയാളേയും കൂട്ടി പോലീസ് വിശാലമായ ആ ചേരിയിലെത്തി. തുടർന്നു നടത്തിയ അന്വേഷണഫലം നിരാശാജനകമായിരുന്നു. അപ്പുവിനെ കൈമാറിയവരുടെ വിവരങ്ങൾ അയാൾ പോലീസിനു നൽകി. കുറച്ചു ദിവസം അപ്പുവിനെ നോക്കിയ അയാളുടെ കണ്ണു നിറഞ്ഞു. അയാൾ പോലീസ് ഉദ്യോഗസ്ഥന് ഒരു നമ്പർ നൽകി.

അപ്പുവിനെക്കുറിച്ചറിഞ്ഞാൽ ഒരു വാക്കു പറയണം.

അയാളുടെ ഉദ്ദേശ്യശുദ്ധി പോലീസിനും മനസ്സിലായി.

അയാളുടെ കൈയിൽ അപ്പു സുരക്ഷിതനായിരുന്നു.

പക്ഷേ, ഇപ്പോൾ എന്താണവസ്ഥ എന്നറിയില്ല അത് അവരെ ആശങ്കപ്പെടുത്തുകയും ചെയ്തു. എന്തിന്, അപ്പു ജീവിച്ചിരിപ്പുണ്ടോ എന്നു പോലും അവർക്കു സംശയം തോന്നി.

അന്വേഷണം പോലീസ് ആ വഴിക്ക് നീക്കി.

നഗരത്തിൽ വഴിവക്കിൽ ഭിക്ഷാടനം നടത്തുന്ന കുട്ടികളെ പോലീസ് ചോദ്യം ചെയ്തു. പക്ഷേ, ഇങ്ങനെയൊരു കുട്ടി അവരുടെ കൂട്ടത്തിൽ ഉള്ളതായി അവർക്കറിയില്ല.

അന്വേഷണത്തിൽ കുറച്ചകലെയുള്ള മറ്റൊരു പ്രദേശത്തെക്കുറിച്ച് പോലീസിന് അറിവ് ലഭിച്ചു.

പക്ഷേ, പോലീസിന് അത്ര പെട്ടെന്ന് ആ ചേരിയിലെത്തി അന്വേഷണം നടത്തുക ദുഷ്കരമാണ്. അതിനാൽ അവർ ചേരിയിൽ നിന്ന് നഗരത്തിന്റെ പല ഭാഗത്തേക്ക് പോകുന്ന ആൾക്കാരോട് രഹസ്യമായി അന്വേഷണം നടത്തി.

അവർക്കൊന്നും തന്നെ ഇങ്ങനെയൊരു കുട്ടിയെപ്പറ്റി ഒരു അറിവുമില്ലായിരുന്നു. ആ ചേരിയിൽ എത്തിയപ്പോഴേക്കും അപ്പുവിന്റെ രൂപവും ഭാവവും മാറിക്കഴിഞ്ഞിരുന്നു. അവൻ വല്ലാതെ മെലിഞ്ഞു, എല്ലുന്തി, മേലാകെ അഴുക്കുപിടിച്ച നിറമായി. മുടി ചെമ്പിച്ചു. ദുഷ്ക്കരമായ ഈ അന്വേഷണം അവിടെ അവസാനിപ്പിക്കേണ്ടി വരുമോ എന്ന് ആശങ്കപ്പെട്ടുകൊണ്ടിരിക്കുന്ന സമയത്തുതന്നെ അവർക്ക് നിർണ്ണായകമായ ഒരു അറിവ് ലഭിച്ചു. അടു

ത്ത സമയത്തായി ഒരു പുതിയ കുട്ടിയെ ചേരിയിൽ എത്തിച്ചിട്ടു ണ്ട്. പക്ഷേ, കുട്ടിയുടെ രൂപം ഫോട്ടോയിൽ കാണുന്നതല്ല എന്നും ആ ഇൻഫോർമർ അറിയിച്ചു. വേഷം മാറി ചേരിയിലെ ഒരാളായി പോയി അന്വേഷണം നടത്താൻ അവർ തീരുമാനിച്ചു. പിറ്റേ ദിവ സം പ്രഭാതത്തിൽ പോലീസ് വേഷം മാറി ചേരിയിലേക്ക് പോ കാൻ തയ്യാറായി.

ഈ സമയം, ചേരിയിലെ ആ ഷെഡിലെ ജീവിതം അവസാനി പ്പിച്ച് ഉള്ളിൽ കയ്യിൽ കിട്ടിയ കവറിൽ സ്വന്തമായി ഉണ്ടായിരുന്ന മുഷിഞ്ഞ തുണികളുമായി മറ്റുള്ളവർക്കൊപ്പം കേരളത്തിലേക്കു പോ കാൻ തയ്യാറാവുകയായിരുന്നു അപ്പു.

അധ്യായം പതിനാല്

പറഞ്ഞുമാത്രം കേട്ടിട്ടുള്ളതും ദുരിതപൂർണവുമായ മനുഷ്യക്കട ത്തിന്റെ വേറിട്ട ഒരുമുഖം. അതാണിപ്പോൾ കോൽക്കത്താ റെയിൽ വെ സ്റ്റേഷനിൽ നടക്കുന്നത്. എവിടേക്ക്, എന്തിന് പോകുന്നു എന്നറിയാതെ, പറയുന്നത് മാത്രം അനുസരിച്ച് മാടുപോലെ പണിയെടുക്കാൻ മാത്രം വിധിക്കപ്പെട്ട ജന്മങ്ങൾ. അപ്പുവും അക്കൂ ട്ടത്തിൽ റെയിൽവെ സ്റ്റേഷനിൽ എത്തപ്പെട്ടു.

പ്ലാറ്റ്ഫോമിൽ നിൽക്കുന്ന ആൾക്കൂട്ടത്തിനിടയിലേക്ക് അവർ അലിഞ്ഞു. സംഘത്തലവന്റെ നിർദേശമനുസരിച്ച് കൽക്കത്തയിൽ നിന്നും പുറപ്പെടുന്ന ട്രെയിനിന്റെ ജനറൽ കംപാർട്ട്മെന്റിൽ അ വർ കയറി. രാത്രി വൈകിയാണ് ട്രെയിൻ പുറപ്പെട്ടത്.

കയറിയപ്പോഴേ എല്ലാവരും നിലത്തും സീറ്റിലും ഒക്കെയായി കിടന്നുറങ്ങാൻ തുടങ്ങി. അപ്പുവിന് ഈ ട്രെയിൻ യാത്ര പ്രത്യേകി ച്ച് ഒരു അനുഭവമായി തോന്നിയില്ല. അവന്റെ ആദ്യ ഡൽഹി യാത്ര അവനു മറക്കാനാവില്ലല്ലോ. അച്ഛനും അമ്മയ്ക്കും ഒപ്പം ഒരു രാജകീയ യാത്ര, അതെങ്ങനെ മറക്കാനാണ്?

രണ്ടാമത്തെ യാത്രയും അതുപോലെ തന്നെ.

ഒരിക്കലും മറക്കാനാകാത്തത്.

ആ യാത്രയാണല്ലോ അവനെ ബംഗാളിൽ എത്തിച്ചത്.

ഇപ്പോൾ നോട്ടത്തിലും ഭാവത്തിലും വസ്ത്രധാരണത്തിലും അപ്പു ഒരു നാടോടി ബാലനായി മാറിയിരിക്കുന്നു.

ചേരിയിലെ ഒറ്റമുറി വീട്ടിലെ കൂട്ടുചേർന്നുള്ള താമസവും, ചേരിയിലെ ബഹളവും കേട്ടുറങ്ങിയവർക്ക് ട്രെയിനിലെ വൃത്തി ഹീനമായ അന്തരീക്ഷവും, നിലത്തു കിടന്നുള്ള ഉറക്കവും, ട്രെയി

നിന്റ ശബ്ദവും ഒന്നുമൊരു ബുദ്ധിമുട്ടായി തോന്നിയിട്ടില്ല. കൂകി പാഞ്ഞ് ട്രെയിനങ്ങനെ അതിന്റെ വേഗം കൈവരിച്ച് ലക്ഷ്യസ്ഥാനം നോക്കിയോടുന്നു.

നേരം പരപരാ വെളുത്തിരിക്കുന്നു.

ഒറീസയിലെ കൃഷിയിടങ്ങളെ കീറിമുറിച്ച് ട്രെയിൻ യാത്ര തുടരുന്നു. പ്രസിദ്ധമായ നദികളുടെ മേൽപ്പാലങ്ങൾ താണ്ടിയുള്ള യാത്ര. ഏതോ റെയിൽവെസ്റ്റേഷനിൽ വണ്ടി നിർത്തി.

ബോർഡ് വായിക്കാൻ അപ്പുവിനെ ഭാഷ അനുവദിച്ചില്ല.

സംഘത്തലവൻ പ്ലാറ്റ്ഫോമിൽ നിന്ന് ചായയും കഴിക്കാനുള്ളതും വാങ്ങി നൽകി. ഭക്ഷണം വേണ്ടത്രയില്ലാത്തതു കൊണ്ട് ട്രെയിൻ കാക്കക്കൂട്ടിൽ കല്ല് എറിഞ്ഞ പോലെയായി.

കിട്ടിയ കുറച്ച് ഭക്ഷണവും ചായയും കുടിച്ച് വിശപ്പിന് താൽക്കാലിക ശമനമാക്കി അപ്പു ട്രെയിനിനുള്ളിലിരുന്നു പുറത്തേക്ക് നോക്കി. അവൻ കാണുന്നതെല്ലാം ഒരേ സ്ഥലമാണ് എന്നവന് തോന്നി. ചിലപ്പോൾ ഇതാകും മഹാരാഷ്ട്ര അവൻ ചിന്തിച്ചു.

ഒറിയ ഭാഷ ക്രമേണ അപ്രത്യക്ഷമായി. ആ സ്ഥാനം തെലുങ്ക് കൈയ്യടക്കി. ഉച്ചനേരത്തെ ആഹാരം കഴിച്ച് ഒരു മയക്കവും കഴിഞ്ഞുണർന്ന അപ്പു പുറത്തേക്ക് നോക്കി. ട്രെയിൻ ഏതോ വലിയ സ്റ്റേഷനിലേക്ക് പ്രവേശിക്കുന്നു.

പഠിച്ച പഴയ പാഠങ്ങളിലെ ഇംഗ്ലീഷ് ഓർത്തെടുത്ത് അവൻ വായിക്കാൻ ശ്രമിച്ചു. 'വിജയവാഡ!'

ഇത് എവിടെയാണോ എന്തോ, ആരോട് ചോദിക്കാൻ?

അവൻ ചിന്തിച്ചു. രാത്രിയായി. പതിവുപോലെ അങ്ങോട്ടുമിങ്ങോട്ടും തല വച്ചുറങ്ങി. വീണ്ടുമൊരു പ്രഭാതം അപ്പുവിനെ വിളിച്ചുണർത്തി. പ്രഭാതകൃത്യങ്ങൾക്കു ശേഷം അന്നും പ്ലാറ്റ്ഫോമിൽ നിന്നും ചായയും ആഹാരവും ട്രെയിനിലെത്തി. കുതിച്ചു പായുന്ന ട്രെയിനിലിരുന്ന് വലിയ പട്ടണങ്ങളും കൃഷിയിടങ്ങളും അപ്പു കണ്ടു. പെട്ടെന്നാണ് അവനു മുന്നിൽ കാറ്റാടി പാടങ്ങൾ കാണപ്പെട്ടത്. അതിന്റെ അവസാനം ട്രെയിൻ എത്തി നിന്ന സ്റ്റേഷനിൽ അവൻ പുറത്തേക്ക് നോക്കി. ഇത് തമിഴല്ലേ അവൻ ചിന്തിച്ചു. ആ ചിന്ത മനസ്സിലുറക്കും മുൻപ് ട്രെയിൻ യാത്രയായി.

ജനറൽ കംപാർട്ട്മെന്റിൽ കച്ചവടക്കാർ കയറുമെങ്കിലും അവരാരും ഇവരിരിക്കുന്നിടത്തേക്ക് വരാറില്ല. പക്ഷേ, 'ചായ ചായ' എന്ന നീട്ടിയുള്ള വിളിയിൽ അവന് സന്തോഷം തോന്നി.

ട്രെയിൻ കുതിച്ചാണ് പായുന്നത്.

പച്ച പിടിച്ച തെങ്ങിൻ തോപ്പിലൂടെ അതിവേഗം പാഞ്ഞ ട്രെയിൻ എത്തി നിന്ന സ്റ്റേഷന്റെ ബോർഡ് അവൻ വായിച്ചു.

'പാലക്കാട്.'മലയാളം കണ്ട് അപ്പു അമ്പരന്നു.

ഇത് കേരളമല്ലേ അവന്റെ മനസ്സ് സന്തോഷിച്ചു.

കേരളം എത്തിയിരിക്കുന്നു.

തിരക്കുകൂട്ടണ്ട. കേരളത്തിൽ എവിടെ എത്തിയാലും ആരെങ്കിലും സഹായിക്കാതിരിക്കില്ല. തൽക്കാലം ഇവർക്കൊപ്പം മിണ്ടാതിരിക്കുന്നതാണു ബുദ്ധി. ഇതേസമയം കൊൽക്കത്തയിലെ ചേരിയിൽ പോലീസ് നടത്തിയ അന്വേഷണത്തിൽ ഫലം ആശാവഹമായിരുന്നില്ല. ഒരു വലിയ ചേരിയുടെ ഏറ്റവും ദുർഘടമായ ഭാഗത്താണ് അപ്പുവും കൂട്ടരുമുള്ളത് എന്നറിഞ്ഞു കഴിഞ്ഞിരുന്നു പോലീസ്. പക്ഷേ, അവിടേക്ക് പോലീസ് വേഷത്തിൽ കടന്നു ചെല്ലാനാകില്ല. ഒടുവിൽ അവർ അവിടെത്തന്നെയുള്ള ഒരാളെ വശത്താക്കി. അയാൾ വഴി കൂടുതൽ വിവരങ്ങൾ അറിയുകയായിരുന്നു ലക്ഷ്യം. അയാളുടെ പേര് കാളി ചരൺ എന്നായിരുന്നു.

ചേരിയിൽ ഒരു ചെറിയ കട നടത്തുകയാണയാൾ.

അയാളുടെ അടുത്ത് പലതരം ആൾക്കാർ വന്നെത്തും.

അവർ വഴിയാണ് അയാൾ ചേരിക്കുള്ളിലെ കൂടുതൽ വിവരങ്ങൾ അറിഞ്ഞിരുന്നത്. അയാൾ പോലീസിനോട് ചില കാര്യങ്ങൾ തുറന്നുപറഞ്ഞു, ഒന്നാമത് ചേരിയിൽ നിന്നും ബംഗ്ലാദേശിലേക്കും കുട്ടികളെ കടത്തുന്നവരുണ്ട്.

സൗത്ത് ഇന്ത്യയിലേക്ക് ആളുകളെ കൊണ്ടു പോകുന്നവരുമുണ്ട്. ഈ കുട്ടിക്ക് ഭാഷ അറിയാത്തതിനാൽ ഇവനെ ബംഗ്ലാദേശിലേക്ക് കൂട്ടാൻ സാധ്യതയില്ല.

പക്ഷേ, കേരളത്തിലേക്കു കൂട്ടുമെന്നും ഉറപ്പില്ല.

കാരണം അവന് അവിടുത്തെ ഭാഷ അറിയാമെന്ന് അവർക്ക് മനസിലായാൽ അവർക്ക് അപകടമാവില്ലേ? ആ പയ്യനെ നോക്കിയ ആൾ പറഞ്ഞത് സത്യമാണോ എന്നും ഉറപ്പില്ല.

എന്തെങ്കിലും വിവരം കിട്ടിയാൽ അറിയിക്കാമെന്നും പറഞ്ഞാണ് അയാൾ പോലീസ്സംഘത്തെ മടക്കി അയച്ചത്. ബംഗാൾ പോലീസുകാർ പറഞ്ഞതും കുട്ടിയെ കിട്ടാനുള്ള വഴികൾ ദിവസം കടന്നു പോകുന്നതനുസരിച്ച് കുറയുകയാണ് എന്നാണ്.

അന്വേഷണസംഘം ആകെ നിരാശയിലായി.

ഒടുവിൽ അവർക്ക് തിരിച്ചു മടങ്ങേണ്ടി വന്നു.

ഓരോ ദിവസവും അപ്പുവിന്റെ അച്ഛനെ തേടി എത്തിയത്

നിരാശ മാത്രമായിരുന്നു. ആര്യയോടു നാട്ടിലേക്കു മടങ്ങാൻ രവി ആവശ്യപ്പെട്ടു.

കാരണം അപ്പുപോയ ശേഷം ആര്യ ഭക്ഷണം കഴിക്കാൻ കൂട്ടാക്കിയിരുന്നില്ല. പലപ്പോഴും ബോധത്തിനും അബോധത്തിനുമിടയിലായിരുന്നു അവൾ.

മകൻ വരാതെ ഡൽഹിയിൽ നിന്നും ഒരു തിരിച്ചുപോക്കില്ല എന്ന് ആര്യ ശഠിച്ചു. രവി ജോലിക്കു പോയിത്തുടങ്ങിയിരുന്നു. നാട്ടിൽ നിന്നും പ്രമോഷനു വേണ്ടി ഡൽഹിയിലേക്കു വരേണ്ട കാര്യമില്ലായിരുന്നെന്ന് ഓരോ നിമിഷവും അയാൾ ഉള്ളുരുക്കി.

ഇപ്പോൾ രവിയെക്കാണണം, മകനെ ഓർത്ത് ഉരുകി അയാളെക്കണ്ടാൽ പടുവൃദ്ധനെപ്പോലെ തോന്നിപ്പിച്ചു.

ഒടുവിൽ പോലീസും ഒഴിവാക്കുകയാണ് മകന്റെ കേസ്.

അന്നു രാത്രി രവി അമ്മയെ വിളിച്ചു.

ഫോണിൽ മകന്റെ രൂപം അമ്മ കണ്ടു.

രവി മുറിയടച്ചിരുന്ന് അമ്മയോടു കരഞ്ഞു തീർത്തു സങ്കടങ്ങൾ. എല്ലാം കേട്ടു കഴിഞ്ഞ് ആ അമ്മ പറഞ്ഞു, “നീ നിരാശപ്പെടരുത്. അപ്പു എന്റെ കുഞ്ഞാണ്. അവനു തൊണ്ണൂറു ദിവസം പ്രായമുള്ളപ്പോൾ മുതൽ പത്തു വയസ്സുവരെ അവനെ വളർത്തിയത് ഞാനാണ്. അവൻ എന്നെത്തേടിയല്ലേ ഇറങ്ങിയത്? അന്ന് പോലീസ് പറഞ്ഞത് എന്താണ് അവൻ കേരളത്തിലേക്കുള്ള ഒരു സംഘത്തിനൊപ്പം ഉണ്ടെന്നല്ലേ? ഇപ്പോ നീ തളരരുത്. അവൻ കേരളത്തിലെത്തിയാൽ ഉറപ്പായും അവൻ എന്നെത്തേടി എത്തും. നീ കാത്തിരിക്കൂ. നമ്മൾ നിത്യവും പ്രാർത്ഥിക്കുന്ന ഈശ്വരൻ അവനു കൂട്ടുണ്ടാവും. നീ സമാധാനിക്കൂ...”

അമ്മയുടെ വാക്കു കേട്ട് രവി സമാധാനിച്ചു.

മുറിക്കു പുറത്തിറങ്ങി, കട്ടിലിൽ കിടക്കുന്ന ആര്യയുടെ അടുത്തു ചെന്നിരുന്നു. തളർന്നു കിടക്കുന്ന അവളുടെ കൈത്തലം സ്വന്തം കൈക്കുള്ളിൽ അമർത്തിയിട്ട് രവി അവളെ സമാധാനിപ്പിച്ചു. “ആര്യേ, നീ കരയാതെ... അവൻ വരും; ഉറപ്പാണ്...”

മലയാളം കണ്ട അപ്പു സ്വന്തം നാടിനെ കുറിച്ചുള്ള ഓർമ്മയിലായി. ഏതായാലും ഇത് കേരളമാണെന്ന് അവൻ സന്തോഷിച്ചു. അവന് അച്ഛമ്മയെ ഓർമ്മ വന്നു.

സ്വന്തം നാടും വീടും ഓർത്തെടുത്തു.

അതോടെ അവൻ വളരെ ശ്രദ്ധാലുവായി ഇരിക്കാൻ തുടങ്ങി. പഠിച്ചെടുത്ത മുറി ബംഗാളി അവനിപ്പോൾ ഉപകാരമായി. നിരന്ത

രം പറഞ്ഞു പറഞ്ഞ് അവൻ കൂടെയുള്ളവർ പറയുന്ന പോലെ ഭാഷ പ്രയോഗിച്ചു തുടങ്ങിയിരുന്നു.

എന്നാൽ മലയാളം അവൻ മറന്നിട്ടുമില്ല.

ഇനി ശ്രദ്ധ വേണം. സാധാരണ ഭക്ഷണം കൊടുക്കുമ്പോൾ തിരക്ക് കൂട്ടി വാങ്ങിക്കഴിക്കുന്ന അപ്പു അന്നുച്ചക്ക് ആഹാരം കഴിക്കാൻ കൂട്ടാക്കാതെ ജനാലയിലൂടെ പുറത്തേക്ക് നോക്കിക്കൊണ്ടിരുന്നു പോയി. അവൻ വീണ്ടും മലയാളം വായിച്ചു തൃശ്ശൂർ.

അവന്റെ പ്രതീക്ഷകൾക്ക് ചിറകുമുളച്ചിരുന്നു.

യാത്ര അവസാനിക്കാറായി എന്നറിയിപ്പു കിട്ടി.

എല്ലാവരും കെട്ടും ഭാണ്ഡവും മുറുക്കി തയ്യാറായി.

സംഘത്തലവന്റെ നിർദ്ദേശത്തിൽ ആലുവയിലാണ് അവർ ഇറങ്ങിയത്. അയാൾ കാട്ടിയ വാഹനത്തിൽ ഒരു അജ്ഞാത കേന്ദ്രത്തിലേക്ക് അവനും കൂട്ടുകാരും യാത്ര തിരിച്ചു.

അധ്യായം പതിനഞ്ച്

അപ്പു വളരെ സന്തോഷവാനായിരുന്നു.

കേരളത്തിലാണു താനെന്നറിഞ്ഞപ്പോൾ തന്നെ ആശ്വാസമായി. റെയിൽവെ സ്റ്റേഷനു പുറത്ത് അവർക്കായി കാത്തുകിടന്ന ടെംമ്പോ ട്രാവലറിൽ ആണ് സംഘത്തിലെ സ്ത്രീകളും കുട്ടികളും കയറിയത്.

സ്റ്റേഷനിൽ ഏതാണ്ട് ഒരു ബോഗി നിറയെ ആൾക്കാർ വന്നിറങ്ങിയിട്ടുണ്ട്. അവരുടെ ഗ്യാങ്ങിൽ നിന്നു മാത്രം. ചിലർ ബസ്സിൽ, ചിലർ ഓട്ടോയിൽ, ചിലർ നടന്ന്, വന്നവരെല്ലാം ഓരോ ഭാഗത്തേക്ക് ചിതറിപ്പോയിക്കഴിഞ്ഞു.

സംഘത്തലവൻ വന്ന് അയാളുടെ കൂട്ടത്തിലെ സ്ത്രീകളും കുട്ടികളും ട്രാവലറിൽക്കയറി എന്ന് ഉറപ്പു വരുത്തി. വാഹനത്തിൽ കുത്തി ഞെരുങ്ങിയിരുന്നുകൊണ്ട് അപ്പു പുറത്തേക്കു നോക്കി.

സ്ഥലം പരിചിതമല്ല. വണ്ടി കിതച്ചുകിതച്ചാണ് ഓടുന്നത്.

കുറച്ചു ദൂരം കൂടിക്കഴിഞ്ഞപ്പോൾ അവന്റെ കണ്ണടഞ്ഞുതുടങ്ങി. വാഹനം ഒരു വലിയ ടൗൺ കഴിഞ്ഞ് ഒടുവിൽ അധികം ആൾപ്പാർപ്പില്ലാത്ത ഒരു സ്ഥലത്ത് എത്തി. കൂടെയുള്ളവർ അവനെ തട്ടി വിളിച്ചു. അവൻ കണ്ണു തുറന്നു. ഒരു മൂന്നു നില കെട്ടിടമാണു മുന്നിൽ. അതിന്റെ പണി തീർന്നിട്ടില്ല. അവിടെ രണ്ടാം നിലയിൽ താൽക്കാലികമായി ഒരുക്കിയ ഷെഡിലാണ് ഇനി താമസിക്കേണ്ടത്. ഇവരേപ്പോലെ നൂറുകണക്കിനാളുകൾക്ക് താമസിക്കാനൊരു

ക്കിയ ഷെഡ് ആണത് എന്ന് ഒറ്റക്കാഴ്ചയിലേ അറിയാം.

പകലായതിനാൽ ഷെഡ് കാലിയാണ്. സംഘത്തലവൻ അവരെ അതിനുള്ളിൽ കയറ്റി താമസിക്കാനുള്ള സ്ഥലവും ആഹാരം വച്ച് കഴിക്കുന്ന സ്ഥലവും മറ്റ് പ്രാഥമികസൗകര്യങ്ങൾക്കുള്ളിടവും കാണിച്ചു കൊടുത്തു.

'കൽ സബേരേ കാം കർനേകോ ജാനാ ഹേ...' എന്നു പറഞ്ഞ് തലവൻ അവിടെനിന്നും പോയി. ഇവിടെ എത്തിയതിൽ കാഴ്ചയിൽ പതിനെട്ടു വയസ്സിനു മുകളിൽ പ്രായം തോന്നുന്നവർ ജോലിക്ക് പോകും, അപ്പുവിനേപ്പോലെ കുറച്ചു കുട്ടികളുണ്ട്. അവരെക്കൊണ്ടാണ് ഇവർ കച്ചവടവും ഭിക്ഷാടനവും ഒക്കെ നടത്തുന്നത്. സത്യത്തിൽ കുട്ടികളുടെ ജോലി അതൊന്നുമല്ല.

കുട്ടികളെ ഉപയോഗിക്കുന്നത് കഞ്ചാവ് കച്ചവടത്തിനാണ്.

ട്രെയിനിൽ വരുമ്പോൾ അപ്പുവിന്റെ ബാഗിലും ഉണ്ടായിരുന്നു അത്തരത്തിൽ ഒരു പൊതി. അത് ചെറിയ പൊതികളാക്കി മാറ്റി ആവശ്യക്കാർക്കു നൽകുക, അവർ നൽകുന്ന കാശ് കൃത്യമായി തിരിച്ചേൽപ്പിക്കുക. ഇതാണ് പ്രധാന ജോലി. അത് അപ്പുവിന് അറിയുന്ന കാര്യമാണ്. കൊൽക്കത്തയിലെ തിരക്കുള്ള വൈകുന്നേരങ്ങളിൽ എത്രയോ മനുഷ്യർ അവന്റെ കൈയിൽ നിന്നും ആ പൊതി വാങ്ങി മടങ്ങിയിരിക്കുന്നു. അവന്റെ കൂടെയുള്ള മുതിർന്ന കുട്ടികൾ പൊതിയിലെ കഞ്ചാവ് കുറേശ്ശെ നേതാവ് അറിയാതെ ഉപയോഗിക്കുന്നതും അവൻ കണ്ടിട്ടുണ്ട്.

ഏതായാലും ഇപ്പോൾ കേരളത്തിലാണ്.

ഇനിയൊരു മലയാളിയെ കണ്ടെത്തണം.

പിന്നെ കാര്യങ്ങൾ നടക്കും. അവൻ ആലോചിച്ചു.

അങ്ങ് അകലെയെവിടെയോ മലയാളം പാട്ട് മുഴങ്ങി കേൾക്കുന്നു. അപ്പുവിന് സന്തോഷമായി. ആഹാരം കഴിച്ച് ഉറങ്ങാൻ കിടന്ന അവന്റെ മനസ്സിലേക്ക് അച്ചമ്മയുടെ രൂപം തെളിഞ്ഞു വന്നു.

രാത്രിയുടെ ഏതോ ഘട്ടത്തിൽ ക്ഷീണം കൊണ്ട് അവൻ ഉറങ്ങി പോയി. രാവിലെ നേരത്തേ ഉണർന്ന അവൻ പുറത്തിറങ്ങി ചുറ്റും നോക്കി.

പക്ഷേ, വിജനമായ സ്ഥലവും വലിയ മതിലും അവന്റെ മുൻപിൽ വലിയ കടമ്പയായി. പതിവുപോലെ ഒരു വാഹനമെത്തി മുതിർന്ന ആളുകൾ അതിൽ കയറി ഏതോ സ്ഥലത്തേക്ക് പോയി. നിരവധി കുട്ടികൾ ആ ഷെഡിനുള്ളിലിരുന്നു.

അന്ന് ഉച്ചതിരിഞ്ഞ് സംഘത്തലവന്റെ കൂടെ ഒരാളെത്തി.

"ഉത്സവമാണ് ഇവന്മാരെ അവിടെ കൊണ്ടുപോയാൽ നല്ല വരുമാനം കിട്ടും."

"ഭിക്ഷാടനം പറ്റില്ലല്ലോ." നേതാവു പറഞ്ഞു.

"അതു കുഴപ്പമില്ല, സ്ഥലം എസ്ഐ നമ്മുടെ ആളാ..." വന്ന ആൾ പറഞ്ഞു.

"പിടിച്ചാൽ പ്രശ്നമാ. പിള്ളേര് അകത്താകും. അവരെ അഗതി മന്ദിരത്തിലേക്കു മാറ്റാനും മതി. നമ്മളും കുടുങ്ങും." നേതാവു വീണ്ടും പറഞ്ഞു.

"എങ്കിൽ നമുക്ക് ഇവന്മാരെ കച്ചവടത്തിനിരുത്താം. ബലൂണുകൾ വിൽക്കട്ടെ. കൂട്ടത്തിൽ മറ്റതും." വന്ന ആൾ ഉറപ്പിച്ചു.

'അങ്ങനെ ചെയ്യാം' എന്നു പറഞ്ഞ് അവർ കുട്ടികളിൽ ഏതാനും പേരെ തിരഞ്ഞെടുത്തു. ആ കൂട്ടത്തിൽ അപ്പുവും ഉണ്ടായിരുന്നു. മുറ്റത്ത് ഒരു ഓട്ടോറിക്ഷ വന്നു നിന്നു.

എല്ലാവരും അതിൽക്കയറി.

നേതാവും അയാളുടെ സഹായിയും ബൈക്കിൽ മുന്നിൽ പുറപ്പെട്ടു. അവർ കുറച്ചു ദൂരം യാത്രചെയ്ത് ഉത്സവപ്പറമ്പിലെത്തി. അവിടെ താൽക്കാലികമായി ഉണ്ടാക്കിയ ഒരു കടയുടെ മറവിലെ സ്ഥലം കാണിച്ചു കൊടുത്തു.

പകൽ വലിയ തിരക്കൊന്നുമില്ല.

രാത്രിയാണ് തിരക്ക്.

പറമ്പിൽ അവിടവിടെയായി നാലഞ്ച് ആനകളെ തളച്ചിട്ടുണ്ട്.

അവ പനമ്പട്ട തിന്നുകയാണ്.

പകൽ സമയം വിശ്രമിക്കാനും പരിസരം കണ്ടു മനസിലാക്കാനുള്ളതാണ്. പക്ഷേ, അകലേക്കു പോകാൻ പാടില്ല.

പല കണ്ണുകൾ അവരെ നോക്കുന്നുണ്ടാവും.

രാത്രിയാകുമ്പോൾ പോലീസു വരും തിരക്കിൽ ആളുകളെ നിയന്ത്രിക്കാൻ. അതിനിടയിൽ വേണം കച്ചവടവും നടത്താൻ.

ബലൂണോ പീപ്പിയോ പഞ്ഞി മിഠായിയോ ഒക്കെയാവും കൈയിൽ. പോക്കറ്റിൽ പൊതികളും. വേണ്ടവർ അടുത്തുവരും.

അവർ നേതാവുമായി പറഞ്ഞുറപ്പിച്ച പണം കൊടുക്കും.

കുട്ടികൾ സാധനം നൽകണം.

അഥവാ പോലീസ് ശ്രദ്ധിക്കുന്നുവെന്ന് തോന്നിയാൽ അവിടെ നിന്നും മാറിക്കളയണം.

ഇതൊക്കെ കുട്ടികളെ പരിശീലിപ്പിച്ചാണ് മൈതാനത്ത് എത്തിക്കുന്നത്. നേതാവിന്റെ അനുമതിയോടെ കുട്ടികൾ ചൂടിൽ നിന്നും

രക്ഷപ്പെടാൻ തണലിൽ കിടന്ന് ഉറങ്ങുകയാണ്.

എന്നാൽ അപ്പു ചിന്തിച്ചത് മറ്റൊന്നാണ്, പോലീസിനോടു പറഞ്ഞാൽ രക്ഷപ്പെടാൻ പറ്റിയേക്കും. നേതാവ് വൈകുന്നേരസമയത്ത് വീണ്ടുമെത്തി. അമ്പലത്തിൽ നിന്നും അല്പം അകലെ തമ്പടിച്ചിരുന്ന കുട്ടികളെ ഉത്സവസ്ഥലത്ത് കൊണ്ടുപോയി പല ഭാഗത്താക്കി നിർത്തി. അയാളുടെ കയ്യിൽ പലപല സാധനങ്ങൾ ഉണ്ടായിരുന്നു.

പലതരം കളിപ്പാട്ടങ്ങൾ, ബലൂണുകൾ പഞ്ഞിമിഠായി തുടങ്ങിയ പലതും. അയാൾ ഇത് ഓരോ കുട്ടികളുടെ കയ്യിൽ കൊടുത്തു.

കുട്ടികളെ ശ്രദ്ധിക്കുവാനായി മറ്റൊരാളെ ചുമതലപ്പെടുത്തുകയും ചെയ്തു.

അപ്പുവും കൂട്ടുകാരും സാധനങ്ങൾ വിൽക്കാനായി ക്ഷേത്രത്തിനടുത്തെത്തി.

ആ ക്ഷേത്രത്തിലേക്ക് അപ്പു ഒന്നുകൂടി നോക്കി.

അവൻ ആകെ പരിഭ്രമിച്ചു. ഇത് എന്റെ കണ്ണന്റെ കോവിലല്ലേ?

ഞാൻ ദിവസവും അച്ഛമ്മയോടൊത്തു വന്നിരുന്ന സ്ഥലം.

അവൻ ഓരോ സ്ഥലത്തും പോയി നോക്കി. ആൽത്തറയും, ഗോപുരവും, ക്ഷേത്രക്കുളവും, വെടിപ്പുരയും എല്ലാം അതു തന്നെ.

അവൻ ആൾക്കാരെ നോക്കി. ആൽത്തറയിൽ ഇരിക്കുന്ന ചേട്ടന്മാർ, രസീത് എഴുതുന്ന മാമൻ, പുറത്തേക്കു വന്ന തനിക്ക് എന്നും പായസം തന്നിരുന്ന കഴകക്കാരൻ എല്ലാം അതുതന്നെ.

അവൻ ഉറപ്പിച്ചു ഇത് തന്റെ നാടു തന്നെ. അവൻ ഓരോരുത്തരുടേയും അടുത്തുചെന്നു നിന്നു പക്ഷേ ആരും അവനെ നോക്കിയില്ല. ആർക്കും അപ്പുവിനെ മനസ്സിലായില്ല. അവൻ അമ്പലത്തിനകത്തേക്കു കയറാൻ ശ്രമിച്ചു. 'വന്ന് വന്ന് ബംഗാളി പയ്യന്മാർ അമ്പലത്തിനകത്തും കയറാൻ തുടങ്ങിയോ? കുളിക്കാതെ നനയ്ക്കാതെ വീറും വൃത്തിയുമില്ലാത്ത ഇവറ്റയെ പിടിച്ചു മാറ്റാനും ആരുമില്ലേ?' എന്നു ചോദിച്ചു കൊണ്ട് കഴകക്കാരൻ അവനെ തള്ളി മാറ്റാൻ ഒരുങ്ങി.

അപ്പുവിനെ ആർക്കും മനസ്സിലായില്ലെന്ന് അവനു തന്നെ ബോധ്യമായി. അവൻ കരയാൻ തുടങ്ങി.

ക്ഷേത്രത്തിനുള്ളിൽ അപ്പു കയറിയത് അവന്റെ കൂട്ടത്തിലാരും കണ്ടിരുന്നില്ല. അപ്പുവിന്റെ മുന്നിൽ മറ്റൊരു മാർഗവും ഉണ്ടായിരുന്നില്ല. അവൻ കൈയിലെ മിട്ടായി താഴെയിട്ട് ഉച്ചത്തിൽ കരയാൻ തുടങ്ങി. അതു കണ്ട് വേഗം ആളുകൾ തടിച്ചു കൂടി.

"നീ ഏതാ കുട്ടി?" ആൾക്കാർ ചോദിച്ചു. ചിലർ അവനെ വഴക്കു പറഞ്ഞു. ക്ഷേത്രത്തിന്റെ എക്സിക്യൂട്ടീവ് ഓഫീസറും എത്തി. "മോനേ നീ ഏതാ എവിടുന്നാ വരുന്നത്?" അദ്ദേഹം ഹിന്ദിയിലാണ് ചോദിച്ചത്. "ഞാൻ അപ്പുവാ ആർക്കും എന്നെ അറിയില്ലേ, എന്നെ മറന്നു പോയോ?"

"അപ്പുവോ? ഏത്? നമ്മുടെ രവിയുടെ...?" ആർക്കും വിശ്വസിക്കാനായില്ല.

അപ്പുവിനെ കണ്ട കാര്യം കാട്ടുതീ പോലെ നാട്ടിൽ പരന്നു. വീട്ടിൽ വിശ്രമത്തിലായിരുന്ന അച്ഛമ്മയെ അമ്പലത്തിലെ കമ്മറ്റിയിലെ ചേട്ടന്മാർ പോയി കാറിൽ കൂട്ടിക്കൊണ്ടുവന്നു. ക്ഷേത്രത്തിന്റെ പടി കയറി വരുന്ന അച്ഛമ്മയുടെ അടുത്തേക്ക് 'അച്ഛമ്മേ...' എന്ന് വിളിച്ചു കൊണ്ട് ഓടിച്ചെന്ന് അപ്പു അച്ഛമ്മയെ കെട്ടിപ്പിടിച്ചു. അച്ഛമ്മ അത്ഭുതപ്പെട്ടു.

ഏതാണ്ട് രണ്ടു മാസം മുൻപ് നല്ല മിടുക്കനായി ഡൽഹിക്കു പോയ അപ്പുവോ ഇത്? അവനെ കെട്ടിപ്പിടിക്കുമ്പോൾ അച്ഛമ്മയ്ക്ക് സംശയമൊന്നും അവശേഷിച്ചില്ല.

അപ്പോഴേക്കും ഡ്യൂട്ടിയിലുള്ള പോലീസുകാരും എത്തിച്ചേർന്നു. അവർ കൂടിച്ചേർന്നാണ് അപ്പുവിനെ അച്ഛമ്മയുടെ ഒപ്പം വീട്ടിലേക്കു വിട്ടത്. നിയമപരമായ കാര്യങ്ങൾ അവന്റെ അച്ഛൻ കൂടി എത്തിയിട്ട് ആകാം എന്നും നിശ്ചയിച്ചു.

അപ്പു ഒരു നിമിഷം കൊണ്ട് താരമായി.

ഈ ബഹളമൊക്കെ കണ്ടു കൊണ്ട് സംഘത്തലവന്റെ നോട്ടക്കാരൻ ഉടൻ തന്നെ ബാക്കിയുള്ള കുട്ടികളെയും കൊണ്ട് അവിടെ നിന്നും വിജനമായ സ്ഥലത്തെ ഷെഡിലേക്ക് പോയി. ഇതിനിടയിൽ വിവരം രവിയെ ഫോൺ ചെയ്ത് അറിയിച്ചു. രവിയും ആര്യയും ആര്യയുടെ അച്ഛനും അമ്മയും അടുത്ത ഫ്ലൈറ്റിൽ ത്തന്നെ നാട്ടിലേക്ക് തിരിച്ചു.

അധ്യായം പതിനാറ്

അപ്പുവിന്റെ രണ്ടാം ജന്മമായി അത്.

വീട്ടിലെത്തിയ അപ്പു സന്തോഷവാനായി.

അച്ഛമ്മ അവനോട് കൂടുതലൊന്നും ചോദിച്ചില്ല.

ആദ്യം അവനെ ചൂടു വെള്ളത്തിൽ കുളിപ്പിച്ചെടുത്തു.

അലമാരിയിൽ നിന്നും തേച്ചുവെച്ച പഴയ ഉടുപ്പ് ഇടീച്ചു.

അച്ഛമ്മയ്ക്ക് കരച്ചിലടക്കാൻ കഴിയുന്നുണ്ടായിരുന്നില്ല, എ

ല്ലും തോലുമായി വെയിലേറ്റു കരുവാളിച്ച് ചപ്രച്ച മുടിയും അഴുക്കു കട്ടപിടിച്ച നഖങ്ങളുമായി അവനെ അവർക്കു സങ്കല്പിക്കാനേ കഴിഞ്ഞിരുന്നില്ല.

കുളി കഴിഞ്ഞപ്പോൾ അവന്റെ പഴയ മുഖഛായ തിരിച്ചുകിട്ടി. അപ്പോഴേക്കും പോലീസ് സ്റ്റേഷനിൽ നിന്നുള്ള നിർദ്ദേശപ്രകാരം അപ്പുവിന്റെ വൈദ്യപരിശോധനയ്ക്കു കൊണ്ടുപോകാൻ ഇളയമ്മയുടെ മകനും ഒരു പോലീസ് ഉദ്യോഗസ്ഥനും എത്തി.

കാറിൽ അപ്പുവിനൊപ്പം അച്ഛമ്മയും കയറി.

ഡോക്ടർ അപ്പുവിനോടു മാത്രം കുറച്ചുനേരം സംസാരിച്ചു.

അടിയുടെ പാടുകൾ പലതും അപ്പോഴും അടയാളമായിക്കിടപ്പുണ്ടായിരുന്നു. ചില പൊള്ളലേറ്റ പാടുകൾ കാശു കുറഞ്ഞാൽ കിട്ടുന്ന സമ്മാനമാണെന്ന് അപ്പു പറഞ്ഞതു കേട്ട് ഡോക്ടർക്കും സങ്കടമായി. അദ്ദേഹം റിപ്പോർട്ട് എഴുതുമ്പോൾ അപ്പുവും അച്ഛമ്മയും തിരികെ വീട്ടിലേക്കു മടങ്ങി.

എളയമ്മ ഉണ്ടാക്കി വെച്ചിരുന്ന ചൂടുകഞ്ഞി കുടിച്ച് അച്ഛമ്മയെ കെട്ടിപ്പിടിച്ച് അവൻ കിടന്നു.

അപ്പോൾ അച്ഛമ്മ ചോദിച്ചു, "മോനെന്തിനാ ഇങ്ങനെ ഇറങ്ങിപ്പോയത്?"

"എനിക്ക് അച്ഛമ്മയെ കാണാതെ സങ്കടം വന്നു. ഞാൻ കേരളത്തിലേക്കുള്ള ട്രെയിനിലാ കേറാൻ നോക്കിയത്. പക്ഷേ..."

അച്ഛമ്മ അവനെ കെട്ടിപ്പിടിച്ച് നെറ്റിയിൽ ഉമ്മ വെച്ചു.

അവൻ പെട്ടെന്ന് ഉറങ്ങി.

'അപ്പു മോനേ എഴുനേൽക്ക്' എന്ന വിളി കേട്ടാണ് പിറ്റേന്ന് അവൻ ഉണർന്നത്. അവന്റെ കണ്ണുകളെ അവന് വിശ്വസിക്കാനായില്ല. മുന്നിൽ അച്ഛനും അമ്മയും! അമ്മ ആകെ ക്ഷീണിച്ച് മെലിഞ്ഞ്..... അച്ഛൻ താടിയൊക്കെ നീട്ടിവളർത്തി ആകെ ക്ഷീണിച്ച്...ആര്യ ഓടി വന്ന് അപ്പുവിനെ കെട്ടിപ്പിടിച്ചു.

രവി അവനെ നോക്കി നിന്നു. അയാൾ കട്ടിലിനരികിൽ ഇരുന്നു. അയാളുടെ കണ്ണുകൾ നിറഞ്ഞൊഴുകുകയായിരുന്നു. അപ്പോഴാണവൻ അച്ഛനെ കണ്ടത്. അച്ഛനെ കെട്ടിപ്പിടിച്ചു. അപ്പു കരയാൻ തുടങ്ങി. അപ്പുവിനെക്കാണാൻ അവന്റെ അപ്പൂപ്പനും അമ്മൂമ്മയും മുറിയിലേക്കു കടന്നുവന്നു.

'എടാ മോനേ...' എന്നു പറഞ്ഞ് അപ്പൂപ്പൻ അവനെ വാരി എടുത്തു. അമ്മൂമ്മ അവന്റെ മുതുകിൽ തലോടി. ആ ദിവസം ഒരു പാട് കാര്യങ്ങൾ രവിക്കു ചെയ്തു തീർക്കാൻ ഉണ്ടായിരുന്നു.

അച്ഛമ്മ വീണ്ടെടുത്ത തന്റെ മനോധൈര്യത്താൽ വീട്ടുജോലികൾ ചെയ്തുതുടങ്ങി. ഇഷ്ട ഭക്ഷണം ഉണ്ടാക്കി മക്കൾക്ക് കൊടുത്തു. ആ വീട് വീണ്ടും പഴയ സന്തോഷത്തിലേക്ക് തിരിച്ചെത്തി.

ഇതിനിടയിൽ അപ്പുവിനെ തിരിച്ചു കിട്ടിയ വാർത്ത കേട്ട് പലരും വീട്ടിലെത്തി. ഓരോരുത്തരും അവരവരുടെ കാഴ്ചപ്പാടിൽ ഓരോന്ന് പറഞ്ഞു തുടങ്ങി. ചിലർക്ക് കുറ്റം പറയാനുള്ളത് അമ്മയെയാണ്, മറ്റു ചിലർ രവിയെ കുറ്റം പറയുന്നു.

'ചെറിയ പയ്യനല്ലേ അവന്റെ അഹങ്കാരത്തിന് പോയതല്ലേ?' എന്നു ചിലർ.

'എന്തായാലും കുഞ്ഞിനെ തിരിച്ചു കിട്ടിയല്ലോ, ഇനിയും ശ്രദ്ധിക്കണം' എന്ന് മറ്റുചിലർ. ആ ദിവസം രാത്രി വരേയും സന്ദർശകരുടെ തിരക്കുതന്നെ ആയിരുന്നു. ആളുകളുടെ ചോദ്യത്തിന് അച്ഛമ്മയും അപ്പുപ്പനും അച്ഛനും ഉത്തരം കൊടുത്തു. ഒടുവിൽ രാത്രി എല്ലാവരും അത്താഴം കഴിക്കാനിരുന്നു.

രവിയുടെ മുഖത്ത് അപ്പോഴും ഒരു ആശങ്ക നിറഞ്ഞു നിന്നു.

അപ്പു എന്തൊക്കെയാണ് നേരിട്ടതെന്ന് ഡോക്ടറും പോലീസും പറഞ്ഞ വിവരങ്ങൾ രവി മാത്രമാണ് അറിഞ്ഞത്.

അയാൾ ആകെ തളർന്നിരുന്നു. ഒപ്പം ആളുകളുടെ കുറ്റപ്പെടുത്തൽ, ഉപദേശം...അപ്പുവിന് അത്താഴം നേരത്തേ കൊടുത്തിരുന്നു. ചില മരുന്നുകളും അപ്പുവിന് ഡോക്ടറുടെ നിർദ്ദേശപ്രകാരം നൽകാനുണ്ടായിരുന്നു. അപ്പു ഉറക്കം പിടിച്ച ശേഷമാണ് ബാക്കി എല്ലാവരും കഴിക്കാൻ ഇരുന്നതും.

'തെറ്റ് പറ്റിയത് അവനല്ല നമുക്കാണ്' എന്ന് അച്ഛമ്മ പറഞ്ഞപ്പോൾ എല്ലാവരും അച്ഛമ്മയെ നോക്കി.

"ഇത്രയും കാലം നാട്ടിലെ ജീവിതത്തിൽ നിന്നും നാടും വീടും നാട്ടുകാരേയും ബന്ധുക്കളേയും ഉപേക്ഷിച്ച് മണ്ണിന്റെ മണമില്ലാത്ത ഫ്ളാറ്റ് ജീവിതത്തെക്കുറിച്ച് ചിന്തിക്കാൻ പോലും എനിക്കു കഴിയുമായിരുന്നില്ല. രവിയെ സംബന്ധിച്ചിടത്തോളം സ്വന്തം ജോലിയെക്കുറിച്ചും ശമ്പളവർദ്ധനവിനെ കുറിച്ചും കിട്ടാൻ പോകുന്ന പദവികളെ കുറിച്ചും മാത്രമായിരുന്നു ചിന്തിച്ചിരുന്നത്. ആര്യയ്ക്ക് റിസർച്ച് പാതിവഴിക്ക് ഉപേക്ഷിച്ചത് തുടരണം, അതുപോലെതന്നെ ഉയർന്ന ജോലി നേടുകയും വേണം. അപ്പുവിന്റെ അപ്പൂപ്പന്റേയും, അമ്മൂമ്മയുടേയും ചിന്തയിൽ സ്വന്തം മകൾ ആര്യയും ആര്യയുടെ ജോലിയും മാത്രമായിരുന്നു ഉണ്ടായിരുന്നത്. ആരും നമ്മുടെ അപ്പുവിനെ കണ്ടില്ല. കൊച്ചുകുട്ടിയായ അവന്റെ ഇഷ്ടങ്ങളും,

അനിഷ്ടങ്ങളും നമ്മൾ നോക്കിയില്ല. അവനെ കേൾക്കാനോ, അവന്റെ മനസ്സു കാണാനോ നമ്മൾക്ക് കഴിഞ്ഞില്ല. അവന് പറ്റാത്തത് നമ്മൾ ചെയ്യിച്ചു. ഡൽഹിയിലെ സ്കൂൾ ജീവിതവുമായി പൊരുത്തപ്പെടാൻ അവന് അധികം സമയം വേണമായിരുന്നു. അവൻ ഇവിടെ സ്കൂൾ ഫസ്റ്റ് ആയിരുന്ന കുട്ടിയാണെന്ന് എല്ലാവരും മറന്നു. നമുക്ക് ധൃതി ആയിരുന്നു. കേരളത്തിൽ നിന്നെത്തുന്ന കുട്ടികൾക്ക് ഭാഷ ഉൾപ്പടെ പഠിപ്പിക്കാൻ ആവശ്യമായ എത്രയോ കേരളാ സ്കൂളുകൾ ഡൽഹിയിലുണ്ട് അവിടെ പഠിപ്പിച്ച ശേഷം മതിയായിരുന്നു മറ്റൊരു സ്കൂളിനെ കുറിച്ച് ചിന്തിക്കുന്നത്. അതൊന്നും നമ്മൾക്ക് ശ്രദ്ധിക്കാൻ കഴിഞ്ഞില്ല... കുട്ടികൾ അച്ഛനമ്മമാരേ വേണം കൂടുതൽ സ്നേഹിക്കേണ്ടത്. ഇവിടെ അപ്പുവിന് എല്ലാത്തിനും ഞാൻ മതി. അവന്റെ ഇഷ്ടാനിഷ്ടങ്ങൾ അവൻ എന്നോടാണ് പറഞ്ഞിരുന്നത്. അത് പാടില്ല. മക്കൾ എപ്പോഴും മാതാപിതാക്കളോടൊപ്പമായിരിക്കണം വളരേണ്ടത്. എന്റെ അടുത്തു നിന്നും പെട്ടെന്നു മാറിയപ്പോൾ അവന് കാര്യങ്ങൾ പറയാൻ ആരുമില്ലാതായി. ഇടയ്ക്കു വെച്ച് അവനോടു ഫോണിൽപ്പോലും സംസാരിക്കാൻ അനുവദിക്കാതായത് രവി ഓർക്കുന്നില്ലേ?"

അവർ ചോദിച്ചതിന് രവിയും ആര്യയും മറുപടി പറയാതെ തല കുനിച്ചിരുന്നു.

അച്ഛമ്മ തുടർന്നു, "ഞാൻ പറയാം, ഞാനും ആര്യയുടെ അച്ഛനും അമ്മയും ജീവിതത്തിൽ ഏറെ ദൂരം നടന്നു നീങ്ങിയവരാണ്. രവിയും ആര്യയും ജീവിതം പകുതി നടന്നു കഴിഞ്ഞവരും നമുക്ക് ഇനി അപ്പുവിനെക്കുറിച്ചു മാത്രം ചിന്തിക്കാം. അവന് ഈ രണ്ടു രണ്ടര മാസത്തിൽ അനുഭവിച്ചത് കുറച്ചു കാര്യങ്ങളല്ല. ശാരീരികമായും മാനസികമായും അവൻ അനുഭവിച്ചത്....'

"അമ്മേ, ഞങ്ങൾ ഇനി തിരിച്ചു പോകുന്നില്ല. അവനിഷ്ടം ഇവിടെയാണല്ലോ..." രവി പറഞ്ഞു.

"മണ്ടത്തരം പറയാതെ രവീ... അപ്പുവിന്റെ നന്മയ്ക്കായി അല്ലേ നിങ്ങൾ അവനെ ഡൽഹിയിലേക്കു കൂട്ടിയത്? അവിടെത്തന്നെ അവൻ പഠിക്കണം. ആര്യയും നീയും ജോലിക്കു പോണം."

"അമ്മയെന്താണീപ്പറയുന്നത്?" രവി ചോദിച്ചു

"അപ്പു ഡൽഹിക്കു വരും. ആ സ്കൂൾ മാറ്റണം. നിങ്ങൾ താമസവും മാറണം. ഡൽഹി പോലൊരു നഗരത്തിൽ ആളുകൾ കഥകൾ ഓർത്തിരിക്കില്ല. എന്നാൽ നാട്ടിൽ എക്കാലവും ഓരോരുത്തർ അവന്റെ ഓർമയിൽ ആ യാത്ര കുത്തിപ്പൊക്കും. അവനതു

മറക്കണം. എന്നാലേ പറ്റൂ..."

"അതിന് അവൻ വരുമോ?" ആര്യ ചോദിച്ചു.

"ഞാൻ വന്നാൽ അവൻ ഉറപ്പായും വരും. കുറച്ചു നാൾ ഞാൻ ഒപ്പം ഉണ്ടാവും. അവന്റെ പേടി മാറണം, അവനു കൂട്ടുകാർ വേണം, അതിനിടയിൽ ആര്യയ്ക്ക് ജോലി കണ്ടെത്തണം. രവിക്കും ജോലിയിൽ ശ്രദ്ധിക്കേണ്ട സമയമാണ്. ഞാൻ ഇടയ്ക്കിടയ്ക്ക് വന്നുംപോയും നിൽക്കും." അച്ഛമ്മ പറഞ്ഞു.

എല്ലാം കേട്ട ശേഷം ആര്യയുടെ അച്ഛൻ പറഞ്ഞു, "രവീ.... ചേച്ചി പറഞ്ഞതാണ് ശരി. ഇവിടെ നിന്നാൽ ഇനി അപ്പുവിന് അത് നല്ലതായിരിക്കില്ല. ഇന്ന് തന്നെ നമ്മൾ കണ്ടതല്ലേ? മറ്റൊരു സ്ക്കൂൾ, മറ്റൊരു വീട്... ഞാനും വരാം നിന്റെ ഒപ്പം. ആദ്യം നമുക്ക് അത് ശരിയാക്കി വീട് മാറിയ ശേഷം അപ്പുവിനേയും ആര്യയേയും ചേച്ചിയേയും കൂട്ടാം. ഇടക്ക് ഞങ്ങളും വരാം."

രവിയുടെ മുഖത്ത് ഒരു തെളിച്ചം വന്നു.

രാവിലെ അപ്പു ഉണർന്നപ്പോൾ അച്ഛമ്മ തന്നെ അവനെ കാര്യങ്ങൾ പറഞ്ഞു മനസ്സിലാക്കി. അവൻ അച്ഛമ്മയോടു പറഞ്ഞു, "അച്ഛമ്മേ, അവിടെ എനിക്ക് ആരും കൂട്ടില്ലായിരുന്നു. സ്ക്കൂളിൽ കുട്ടികൾ കളിയാക്കി. ട്യൂഷൻ ടീച്ചറും, അമ്മയും ഒക്കെ വഴക്കു പറഞ്ഞപ്പോ അച്ഛമ്മയെ ഒന്ന് കണ്ടിട്ട് പോകാനാ ഞാൻ സ്ക്കൂളിൽ നിന്ന് ഒളിച്ചു പുറത്തു കടന്നത്."

"നിന്റെ അച്ഛനും അമ്മയും പാവം... രണ്ടു പേരുടേയും കോലം കണ്ടില്ലേ...?"

അച്ഛമ്മ കണ്ണു തുടച്ചു.

അവൻ അച്ഛനും അമ്മയും ഇരിക്കുന്നിടത്തേക്കു ചെന്നു.

അച്ഛനെ കെട്ടിപ്പിടിച്ചു എന്നിട്ടു പറഞ്ഞു, "അച്ഛാ സോറി അച്ഛാ... അമ്മേ... സോറി... ഞാനൊരിക്കലും ഇനി ഇങ്ങനൊന്നും ചെയ്യില്ല."

അച്ഛൻ മകനെ മുറുക്കെ കെട്ടിപ്പിടിച്ചു.

അമ്മ അവന്റെ കവിളിൽ ഒരുമ്മ കൊടുത്തു.

കുറച്ചു ദിവസങ്ങൾക്ക് ശേഷം കൊച്ചി അന്താരാഷ്ട്ര വിമാനത്താവളത്തിലെ ആഭ്യന്തര ടെർമിനലിന്റെ കവാടത്തിലൂടെ അപ്പു അച്ഛന്റെയും അമ്മയുടെയും കൈപിടിച്ച് അകത്തേക്ക് നടന്നു.

അവർക്കു മുന്നിൽ അച്ഛമ്മയും ....

OO

www.ingramcontent.com/pod-product-compliance
Lightning Source LLC
LaVergne TN
LVHW040828051026
849519LV00007BA/2787
* 9 7 8 9 3 9 1 0 8 5 7 8 0 *